க.நா.சு.வின்

பொய்த்தேவு

(சுருக்கப் பதிப்பு)

சுருக்கப் படைப்பு :

ச. இலட்சுமி நாராயணன்

சுரா பதிப்பகம்

சுரா பதிப்பகம்

An imprint of Sura Books (Pvt) Ltd.

(ISO 9001 : 2000 சான்றிதழ் பெற்ற நிறுவனம்)

சென்னை

விலை ரூ.40.00

Poithevu

Published in arrangements with
Uma Publications

© வெளியீட்டாளர்கள்

முதற் பதிப்பு : ஜனவரி, 2008

அளவு : 1/8 கிரவுன்

பக்கங்கள் : 88

விலை: ரூ.40.00

ISBN: 978-81-8449-204-0

(வெளியீட்டாளரின் எழுத்து மூலமான அனுமதி இன்றி இப்புத்தகத்தை மறுபதிப்புச் செய்யவோ, வேறு மொழிகளில் மொழிபெயர்க்கவோ, அச்சடிக்கவோ, போட்டோகாபி செய்யவோ கூடாது)

சுரா பதிப்பகம்
[An imprint of Sura Books (Pvt) Ltd.]

தலைமை அலுவலகம்:
1620, 'ஜே' பிளாக்,
16-வது பிரதான சாலை,
அண்ணா நகர்,
சென்னை-600 040.
☎ 91-44-26162173, 26161099

கிளை அலுவலகம்:
XXXII/2328, நியூ கலாவத் சாலை,
பி.எஸ்.என்.எல். எதிரில்,
சென்னொத் கிளாஸ் அருகில்,
பலாரிவட்டம், எர்ணாகுளம் - 682025.
☎ 0484-3205797

டி. கிருஷ்ணா பிரஸ், சென்னை-600 102ல் அச்சடிக்கப்பட்டு,
சுரா பதிப்பகத்திற்காக [An imprint of Sura Books (Pvt) Ltd.]
1620, 'ஜே' பிளாக், 16-வது பிரதான சாலை, அண்ணா நகர், சென்னை - 600 040ல்
திரு. வீ.வீ.கே. சுப்புராசு அவர்களால் வெளியிடப்பட்டது.
தொலைபேசி எண்கள்: *91-44-26162173, 26161099.* தொலைநகல்: *(91) 44-26162173.*
e-mail: enquiry@surabooks.com website: www.surabooks.com

01 08 1500

முன்னுரை

க.நா.சு. அவர்கள், எழுத்தாளர் வ.ரா., பி.எஸ். இராமையா போன்றோர் தந்த ஊக்கத்தினால் இதழியல் துறையில் பணியாற்ற தட்டச்சுப் பொறியுடனும் மனத்தில் கனவுகளோடும் சென்னைக்கு வந்தார். நிறைய எழுதினார். ஒவ்வொரு நாளும் பத்து பக்கங்களாவது எழுத வேண்டும்; 15 பக்கங்கள் மொழி பெயர்க்க வேண்டும் என்பது அவரது வேலைத்திட்டம். அதை இறுதிக்காலம் வரை கடைப்பிடித்தார். 'ஒரு நாள், அசுரகணம், கோதை சிரித்தாள், தாமஸ் வந்தார், ஏழு பேர்' ஆகியவை உள்ளிட்ட 20 புதினங்கள் அவருடைய பிற முக்கிய படைப்புகள். அழகி, கிளிக்கூண்டு உள்ளிட்ட சிறுகதைத் தொகுப்புகளை வெளியிட்டுள்ளார். மதகுரு, நிலவளம், திமிங்கலவேட்டை உள்ளிட்ட நோபல் பரிசு பெற்ற 30 புதினங்களைத் தமிழில் மொழி பெயர்த்துள்ளார். உலகத்தின் சிறந்த புதினங்கள், சிறுகதைகள், இலக்கிய போக்குகள் போன்றவற்றை அறிமுகம் செய்து ஏராளமான புத்தகங்கள் எழுதியுள்ளார்.

சந்திரோதயம், சூறாவளி, இலக்கிய வெளிவட்டம் போன்ற இதழ்களை நடத்தியதில் பொருளிழப்பையே ஈட்டினார். புதுக்கவிதையில் பல சோதனை முயற்சிகளை 'மயன்' என்ற புனை பெயரில் நிகழ்த்தினார். தம் வாழ்க்கை வரலாற்றையும் புதுக்கவிதையிலே எழுதிப் பார்த்தார். 1955-இல் அவர் எழுதி வெளியிட்ட 'விமர்சனக்கலை' என்ற புத்தகம் பெருத்த விவாதத்தையும் எதிர்ப்புகளையும் சந்தித்தது. 'இலக்கியத்துக்கு ஓர் இயக்கம்' எனும் திறனாய்வு நூலுக்காக சாகித்ய அகாடமி விருது பெற்ற க.நா.சுவுக்கு உயர்ந்த தரமே இலக்கு.

அவருடைய மிகச் சிறந்த புதினமான 'பொய்த்தேவு' சுருக்கப் பதிப்பாக இப்பொழுது உங்கள் முன்னால் இருக்கிறது. இப்பணியை எனக்கு அளித்த மலேசியா, உமா பதிப்பக உரிமையாளர் திருமிகு. ஆ.சோதிநாதன் ஐயா அவர்களுக்கு என் கனிந்த நன்றியை உரித்தாக்குகிறேன். நூலாக்கத்தில் உறுதுணை புரிந்த திரு. குணத்தொகை அவர்களுக்கு என் நன்றி.

ச. இலட்சுமி நாராயணன்

பதிப்புரை

தொடக்க காலம் முதல் இந்நாள் வரை வெளிவந்துள்ள சிறந்த தமிழ்ப் புதினங்களை எளிமையாக அறிமுகம் செய்யும் முயற்சியாக, முதலில் பத்துப் புதினங்களைத் தேர்ந்தெடுத்து, அவற்றைச் சுருக்கப் பதிப்பாக வெளியிட விரும்பினோம்.

மூல நூலாசிரியரின் மொழி நடை, கருத்து, சுவை குன்றாமல் கதையை எடுத்துச் செல்லும் பாங்கு, கதைத் தொடர்பு விடுபடாமை ஆகிய எதிலும் குறை நேராவண்ணம் மிகுந்த அக்கறையுடன் இந்நூல் வரிசை உருவாக்கப் பெற வேண்டும் எனக் கருதினோம்.

காலத்துக்கு ஏற்ற இம்முயற்சியைப் பாராட்டி, நல்லாலோசனைகள் வழங்கியும், புதினங்களைத் தெரிவு செய்தும், நெறிவகுத்தும் தந்தவர் பெருமதிப்புக்குரிய பன்னூலாசிரியர் திரு. பிரபஞ்சன் அவர்கள். அவர் வழி நின்று இந்த நூலைச் செம்மையாகச் சுருக்கித் தந்துள்ளார் திரு. ச. இலட்சுமி நாராயணன். இருவருக்கும் எங்கள் மனமார்ந்த நன்றி.

குறுகிய காலத்தில் நிறையப் படிக்க விரும்பும் வாசகர்களுக்கு இத்தகைய சுருக்கப் பதிப்புகள் பெரும் பயன் அளிக்கும் என்பது எங்கள் நம்பிக்கை. சுருக்கப் பதிப்புத் தமிழ்ப் புதினங்கள் தொடர்ந்து வரும். வாசகர்கள் ஆதரவைப் பெரிதும் எதிர்பார்க்கின்றோம்.

ஆ. சோதிநாதன்
பதிப்பாசிரியர்

பொய்த் தேவு 5

மேட்டுத் தெரு என்று பெயரே தவிர உண்மையில் சாத்தனூரிலே அதுதான் மிகவும் பள்ளமான இடம். அரைக்காவேரி ஓடினால் போதும்; தெருவெல்லாம் வெள்ளம் வந்துவிடும். வெள்ளம் வந்துவிட்டாலோ கேட்க வேண்டியதே இல்லை.

மேட்டுத் தெருவின் தோற்றமே அலாதியானது. அதன் நாற்றமும் அப்படித்தான். ஆனால் அதை எல்லாம் விவரித்துக் கொண்டிருப்பது ஆகாத காரியம். தவிரவும் அது அவ்வளவாக அவசியமானதும் அல்ல. ஏனென்றால் ஊருக்கு ஊர் ஒரு மேட்டுத் தெரு இன்னமும் இருக்கிறது.

தெருவைப் போலவேதான் தெருவாசிகளும் என்று சொல்லவும் வேண்டுமா? சாத்தனூர்க் கிராம மேட்டுத் தெருப் பெண்களைப் பெண்கள் என்று சொல்லுவது பொருந்தாது. அவர்களுள் பெரும்பாலோர் அண்டையிலுள்ள வீடுகளில் வேலை செய்கிறார்கள். அவர்களில் சிலர் அந்த வீடுகளில் வேலை செய்வதுடன் திருப்தி அடைந்து விடுவதில்லை. பல காரண காரியங்களால் அந்த வீடுகளிலே மறைமுகமாகவோ நேரடியாகவோ ஆட்சி செலுத்தவும் செலுத்தினார்கள்.

மேட்டுத் தெரு ஆண்களில் பலர் அன்றாடம் அகப்படுகிற வேலையைச் செய்து பிழைப்பவர்கள். ஒரு வண்டியும் ஜோடிக் காளையும் வைத்திருப்பவர்கள் நாள் பூராவும் 'ஹை, ஹை' என்று வண்டி ஓட்டியே தினம் அரை, ஒன்று என்று சம்பாதித்து விடுவார்கள். மாட்டுக்கும் மனிதனுக்கும் வயிறார உண்ணப் போதியதைச் சம்பாதித்து விடுவார்கள். ஒரு சிலர் பகலெல்லாம் தோட்டத்திலோ, வயலிலோ, தோப்பிலோ நெற்றி வேர்வை

வழிந்தோட வேலை செய்து கூலி வாங்கிக் கஞ்சி காய்ச்சிச் சாப்பிட்டு வயிற்றை நிரப்புவார்கள்.

வேறு சிலர், நாணயமான வேலையில் நம்பிக்கை இல்லாதவர்கள். வருடத்தில் ஏதாவது சில இரவுகளில் சந்தடி செய்யாமல் யார் கண்ணிலும் படாமல் வேலை செய்து, கிடைப்பதைக் கொண்டு போதுமென்ற மனசுடன் மறு சந்தர்ப்பம் வாய்க்கும் வரையில் காத்திருப்பார்கள். இப்படிக் காத்திருக்கத் தெம்பும் போதுமென்ற மனதும் இல்லாத சிலர் அடிக்கடி இரவு வேலைகளில் ஈடுபட்டு அகப்பட்டுக் கொண்டு இரண்டொரு வருடமோ, அதிகமோ, சிறைவாசம் அனுபவித்து விட்டு வந்திருக்கிறார்கள். தெருவிலே இவர்கள் பெரிய மனிதர்கள். இவர்களுக்கு ஆத்திரம் வரும்படியாக யாரும் நடந்து கொள்ள மாட்டார்கள்.

ஊரிலே பெரிய மிராசுதாரர்களில் யாராவது இருவருக்கிடையே விவகாரம் ஏற்பட்டால் இவர்களுக்கும் இவர்களைப் போன்றவர்களுக்கும் குஷிதான். இவர்கள் கையில் சில்லறை தாராளமாகப் புழங்கத் தொடங்கிவிடும். கள்ளுத் தண்ணிக்கும் பஞ்சம் இராது.

வேலை எதுவுமே செய்யாமல் தங்கள் அகடவிகட சாமர்த்தியத்தால் பிறர் காரியங்களில் தலையிட்டுத் தரகு அடித்துப் பிழைப்பவர்களும் மேட்டுத் தெருவில் பலர் உண்டு. கை வலுவைக் காட்டி ஏமாந்தவர்களிடம் சமயம் நேரும் போதெல்லாம் பணம் பறித்துப் பிழைப்பவர்கள் - உலகில் எங்கும் உள்ளது போல - அங்கும் சிலர் உண்டு. இவர்களை எல்லாம் தவிர வேலை செய்யாமலும் பிழைக்கவே மாட்டாமலும் ஆயுள் பூராவும் நடைப் பிணங்களாகவே நடமாடித் திரிந்துவிடத் தயாரான மனித ஜந்துக்களுக்கும் அந்தத் தெருவிலே குறைவில்லை. வேலை

செய்பவர்கள் எப்படியோ தினம் ஒரு ரூபாய்க்கு மேல் சம்பாதித்து விடுவார்கள். ஆனால் அன்று சம்பாதித்ததற்கு மேல் ஒன்றிரண்டு அணா அதிகமாகவே தினம் மாலையில் கீழமாங்குடிக் கள்ளுக்கடையில் செலவும் செய்து விடுவார்கள்.

காவேரி ஆற்றின் எதிர்க்கரையில் இருக்கிறது கீழமாங்குடிக் கள்ளுக்கடை. காவேரிக் கரையில் தென்னந்தோப்பு நடுவே மிகவும் அழகான இடத்திலே அமைந்திருக்கிறது. காவேரியில் வெள்ளம் வந்து விட்டால் அந்தத் துறையிலே தருமத் தோணி விடுவார்கள். யாரோ ஒருவர் ஜனங்களுக்கு நன்மை செய்யும் உத்தேசத்துடன், புண்ணியம் சம்பாதித்து மூட்டை கட்டிக் கொள்ள வேண்டி அந்தத் துறையில் தர்மத் தோணி விட நில மான்யம் வைத்திருக்கிறார்.

ஐம்பது வருடங்களுக்கு முன்னும் சற்றேறக் குறைய இப்படித்தான். ஐம்பது வருடங்களுக்கு முன் சாத்தனூர் மேட்டுத் தெருவுக்குத் தனிப் பெருமை ஒன்று இருந்தது: அந்தப் பிராந்தியத்திலே அந்த நாளில் தீவட்டிக் கொள்ளைக்காரனாகத் தொழில் நடத்திப் பெரும் பேரும் புகழும் பெற்றிருந்த பிச்சாண்டி என்பவன் மேட்டுத் தெருவில் பிறந்தவன்தான். அவனையே அந்தப் பக்கத்துத் தீவட்டிக் கொள்ளைக்காரர்களில் கடைசி மன்னனாகச் சொல்ல வேண்டும்.

இத்தனை அருமை பெருமைகள் கொண்ட மேட்டுத் தெருவிலே, சுமார் ஐம்பது ஐம்பத்திரண்டு வருடங்களுக்கு முன் அவதாரம் செய்தருளினான் சோமு.

அவன் அவதாரத்துக்கு முக்கிய காரணமானவர்கள் அவன் பெற்றோர் - கறுப்ப முதலியும் வள்ளியம்மையுந்தாம். கறுப்ப முதலி என்பவன் வள்ளியம்மையின் கணவன் அல்ல. ஆதி காலத்தில் வள்ளியம்மைக்குக் கணவன் என்று ஒருவன்

இருந்ததுண்டு. ஆனால் அந்தக் கணவன் சோமுவின் திரு அவதாரத்துக்கு ஏழெட்டு வருடங்களுக்கு முன்னமே வள்ளியம்மையுடன் சேர்ந்து வாழ்வதில் உள்ள சிரமங்களைப் பரிபூரணமாக உணர்ந்து 'நம்மால் இது ஆகாது' என்று தீர்மானித்து ஒதுங்கி விட்டான். சொல்லிக் கொள்ளாமல் ஓடிவிட்டான்.

வள்ளியம்மை தன்னைச் சேர்த்துக் கொள்வாருடன் சேர்ந்து கொண்டு காலம் கழித்து வந்தாள். கறுப்ப முதலியுடன் அவள் வாழ்ந்த காலத்தில் இரண்டு குழந்தைகளுக்குத் தாயானாள் - மூத்தது பெண், ஐந்து வயதில் மரித்துவிட்டது. இரண்டாவது பிள்ளைதான், சோமு என்கிற சோம சுந்தரம். வாய்த்துடுக்கிலும், அட்டகாசத்திலும், உடல் வலுவிலும்கூட மேட்டுத் தெரு ஆண்களுக்குச் சரி நிகரானவள்தான் வள்ளியம்மை.

எல்லா விதங்களிலுமே அவளுக்கு ஏற்றவனான கறுப்ப முதலியுடன் சிநேகம் ஏற்படும் வரையில் அவள் தன் இஷ்டப்படியெல்லாம் திரிந்து கொண்டிருந்தாள். கறுப்பனைச் சந்தித்து, சிநேகம் செய்து கொண்ட பிறகு இருவரும் மனம் ஒத்துச் சேர்ந்து குடித்தனம் நடத்த ஆரம்பித்து விட்டார்கள். அதற்குப் பிறகு வள்ளியம்மை பிற புருசனைக் கண்ணெடுத்தும் பார்த்ததில்லை என்று சொல்லத்தான் வேண்டும்.

கறுப்ப முதலி வெறும் அட்டகாசத்தினாலேயே வாழ்க்கைப் போரை மிகவும் வெற்றிகரமாக நடத்தி வந்தவன். மேட்டுத் தெரு மட்டுமல்ல சாத்தனூர் முழுவதிலுமே அவன் அட்டகாசம் செலாவணி ஆகி வந்தது. சின்ன விஷயங்கள் முதல் பெரிய காரியங்கள் வரையில் எல்லாம் அவன் சக்திக்கு உட்பட்டவைதாம்.

ஊரில் அநியாய விவகாரம் செய்ய முயலுபவர்கள் எல்லோருக்குமே உற்ற துணைவன் கறுப்ப முதலிதான். முந்திக் கொண்டு அவனைத் தன் கட்சியில் சேர்த்துக் கொள்ளுகிறவன்தான் அதிர்ஷ்டசாலி. அவன் பக்கம்தான் இறுதி வெற்றி என்பது நிச்சயம். கொஞ்சம் நில புலங்களும் நிறைய பொழுதும், அரைகுறைச் சட்ட ஞானமும், அளவற்ற பொருளாசையும் படைத்த மிராசுதாரர்கள் நிறைந்த சாத்தனூரிலே நாள் தப்பினாலும் விவகாரம் தப்பாது. நாளொரு மேனியும் விவகாரத்திற்கு ஒரு வண்ணமுமாகக் கறுப்ப முதலியின் செல்வாக்கு, சாத்தனூர் கிராமத்திலே வளர்ந்து கொண்டிருந்தது.

வள்ளியம்மை தன்னுடைய அருமை மகன், ஒரே மகன் சோமுவைப் பெற்றெடுத்த போது கறுப்ப முதலியின் செல்வாக்கு சாத்தனூரிலும் சுற்று வட்டப் பிரதேசத்திலும் உச்ச நிலையை எட்டியிருந்தது. சோமு பிறந்த அன்று எவ்வளவோ அற்புதங்கள் நிகழத்தான் நிகழ்ந்திருக்கும்.

அவன் என்று, எந்தத் தேதியில், எந்தக் கிழமையில் பிறந்தான் என்று இப்போது நிச்சயமாகச் சொல்வதற்கில்லை. சுமார் ஐம்பது ஐம்பத்திரண்டு வருடங்களுக்கு முன் ஒரு நாள் முன்னிரவில் பிறந்தான் - சோமுவின் அவதார காலத்தைப் பற்றி இப்பொழுது நிச்சயமாகத் தெரிந்ததெல்லாம் இவ்வளவுதான்.

மேட்டுத் தெருக் குழந்தைகளுக்கென்றே காத்துக் கிடக்கும் யமனையும் மீறி வளர்ந்து சோமு பெரியவனாவான், பணக்காரனாவான் என்று மேட்டுத் தெருவில் அன்றிரவு யார் எதிர்பார்த்தார்கள்?

பிற்காலத்தில் - மேட்டுத் தெருச் சோமுப்பயல் வளர்ந்து பெரியவனாகிச் சோமசுந்தர முதலியார் ஆன பிறகு - யோசித்து யோசித்துப் பார்ப்பார். அவருடைய குழந்தைப் பருவத்து நினைவுகள் சிற்சில - ஒன்றுக்கு ஒன்று சம்பந்தமே இல்லாத ஞாபகங்கள் சிற்சில - சம்பவங்களின் சாயைகளாகத் திரும்பத் திரும்ப அவர் மனதிலே எழுந்து மறையும். எப்பொழுது சிந்தித்தாலும் அதே நினைவுகள்தான் மீண்டும் மீண்டும் வருமே தவிரப் புதிதாக எதுவும் ஞாபகம் வராது.

ஏன் இந்தச் சில ஞாபகங்கள் மட்டும் அவர் மனதில் பதிந்திருந்தன? மற்றவை எல்லாம் ஏன் காலமென்கிற இருள் போர்வைக்குள் மறைந்துவிட்டன? என்று அவர் அடிக்கடி தீவிரமாகச் சிந்திப்பதுண்டு.

மேட்டுத் தெருக் குழந்தையைப் பற்றி, "கறுப்ப முதலிக்குப் பிள்ளை பிறந்திருக்கிறதா? பிள்ளையா? அது ஒன்றுதான் அவனுக்குக் குறைச்சலாக இருந்தது இவ்வளவு நாளும்! அந்த ராட்சசக் குஞ்சுக்கும் சேர்த்து இனி நாம்தானே அழுதாக வேண்டும்! நம்ப தலைவிதி! அந்தக் கறுப்பைக் கேட்பாரில்லையே! அட தெய்வமே! நீதான் கேட்க மாட்டாயா?" என்று 'உடையவர்கள்' காதில் செய்தி விழுந்தவுடன் மனம் நொந்திருப்பார்கள்; ஈசனிடம் முறையிட்டிருப்பார்கள்.

'உடையவர்கள்' என்றால் ஏதோ கொஞ்சம் நன்செய்யோ, புன்செய்யோ, தோப்போ, துரவோ, வீடோ, வாசலோ, கடையோ, கண்ணியோ, பணமோ, காசோ உடையவர்கள் என்று அர்த்தம். அவர்கள் கறுப்பனிடம் பயம் 'உடையவர்கள்' தாம்!

சோமசுந்தர முதலியாருடைய ஞாபகங்களிலே எப்பொழுதும் முதல் இடம் பெறுவது கோயில் மணிகளின் சப்தந்தான்.

அதிகாலையில் 'கணகண'வென்று அமைதியைக் கலைத்துக் கொண்டு இன்ப வெள்ளமாக எழுந்து பரவி அடங்கும் அந்த மணி ஓசையை அவனுடைய இரண்டாவது வயசுக்கு முன்னரே கவனிக்கத் தொடங்கிவிட்டான்.

சோமுவுக்குத் தன்னுடைய குழந்தைப் பருவத்தைப் பற்றி பல நினைவுகள் வரும். கலவரம் நிறைந்த நினைவுகள் அவை.

கூடத்தில் யாரும் இல்லை. ஒரு மூலையில் நாலைந்து துணிகள் கிடந்தன. சோமு எப்படியோ அந்தத் துணிகளண்டை போய் அவற்றின் மேல் படுத்து உறங்கி விட்டான்.

'பளீர்' என்று சொடுக்கிய புளியமிலாறு முதுகில் உறைத்த பின்தான் விழித்துக் கொண்டான். "ராசா வூட்டுப்புள்ளே கெட்ட கேட்டுக்கு..." என்று கூறிக் கொண்டே ஒருவர் புளியமிலாற்றை மீண்டும் சொடுக்குவதைக் கண்டு அவன் வீரிட்டு அலறி ஊளையிட்டுக் கொண்டே ஓடிவிடுகிறான்.

இதைத் தொடர்ந்து வேறு ஒரு ஞாபகமும் இருந்தது. சோமுவுக்கு, "பயலுக்குத் துணிச்சல்தான் இங்கறேன். ஐயமாருவூட்டுத் துணிலே படுத்துத் தூங்கறதுக்கு இம்புட்டுப் பிள்ளைக்குத் துணிச்சல் வந்திரிச்சே" என்ற ஒருவன் கொள்கைக்கு வேறு ஒருவன் பின்வருமாறு சமாதானம் சொன்னான் : "கறுப்பன் மவனுக்கு துணிச்சலுக்குக் குறைவா ?"

யாரோ தெருவோடு போய்க் கொண்டிருந்தவன் ஒருவன் சோமுவை நிறுத்தி, "நீ யாரடா ? கறுப்பன் மவன்தானேடா!" என்று கேட்டான். விசாரித்த ஆசாமி அவனைத் தோளிலே தூக்கி வைத்துக் கொண்டு தெருக்கோடியிலுள்ள மரங்கள் அடர்ந்த தோப்புக்குள்ளே புகுந்தான்.

அந்த ஆசாமிக்குக் கறுப்ப முதலியுடன் ஏதோ சண்டை போலும் - என்ன ஆத்திரமோ! அந்த ஆத்திரத்தையும் கோபத்தையும் கறுப்ப முதலியிடமே காண்பித்து வஞ்சம் தீர்த்துக் கொள்வது நடக்காத காரியம். இதை அறிந்த அவன், கறுப்ப முதலியின் மகன், சிறு பையன், தன் கையில் சிக்கிக் கொண்டதும் தன் ஆத்திரமெல்லாம் தீர வஞ்சம் தீர்த்துக் கொண்டு விட்டான். பையனை அடித்து வெதுப்பிவிட்டான்.

சிறுவனுடைய உடம்பெல்லாம் கனிந்து நீலம் பாய்ந்து விட்டது. பையன் சிறிது நேரத்திற்கெல்லாம் சுயநினைவை இழந்துவிட்டான். அவன் தப்பிப் பிழைத்தது ஆச்சரியமே! உடம்பு தேறி வீக்கம் வடிந்து அவன் மீண்டும் எழுந்து நடமாட ஒரு வாரத்திற்கு மேல் ஆயிற்று.

சோமசுந்தர முதலியாருடைய குழந்தைப் பருவத்து ஞாபகங்களிலே கடைசியாக ஒன்று - மற்ற நினைவுகளுக்கெல்லாம் சிகரம் வைப்பது போன்றது.

யாரோ ஏழெட்டு முரட்டு ஆசாமிகளாக வந்து நள்ளிரவில் நல்ல குடி வெறியுடன் படுத்து உறங்கிக் கிடந்த கறுப்பு முதலியைக் கட்டிப் போட்டுவிட்டார்கள். பையன் தூக்கத்திலிருந்து விழித்துப் பார்த்தபொழுது கறுப்பன் கீழே கிடத்தப்பட்டிருக்கிறான். அவன் கைகளும் கால்களும் உறுதியான தாம்புக் கயிறுகளால் கட்டப்பட்டிருக்கின்றன.

தலைவிரி கோலமாகக் காளி சொரூபமாகத் தன் கணவனைக் கட்டி கிடத்தியவர்களைக் கிழித்துக் கொல்ல விரும்புகிறவள்போலப் பாய்ந்து தைரியமாக ஆக்ரோசத்துடன் அந்த ஏழெட்டு ஆண் பிள்ளைகளையும் எதிர்க்கிறாள் ஆயாள். தனியாக அவர்களில் யாரும் அவளுக்குப் பதில் சொல்லி மீண்டிருக்க முடியாது என்பது நிச்சயம்.

ஆனால் எல்லோருமாகச் சேர்ந்து அவள் மேல் பாய்ந்து அவளைப் பிடித்து நிறுத்தி ஓர் அறைக்குள் போட்டு கதவைத் தாழிட்டு விடுகிறார்கள். கதவு நல்ல உறுதியான கதவு.

கதவைப் போட்டு கையாலும் காலாலும் 'தடால் தடால்' என்று உதைக்கிறாள் வள்ளியம்மை. அவளையோ அவள் கூக்குரல்களையோ அவள் கதவைப் போட்டு உடைப்பதையோ யாரும் இலட்சியம் செய்யவில்லை. கட்டிக் கீழே கிடத்தியிருக்கும் கறுப்பனை இருவர் தூக்கிப் போகிறார்கள். கறுப்பன் வாயில் வந்தபடியெல்லாம் பேசி இரைகிறான். அவன் வாய்க்குள் வைக்கோலைப் பந்தாக சுருட்டிக் கொடுத்த பின்தான் அவன் பேசுவது நிற்கிறது. அவனைத் தூக்கிக் கொண்டு போய் வெளியில் தயாராக நின்ற வண்டியிலே ஏற்றுகிறார்கள்.

கறுப்பன் கிடந்த இடத்தில் தரைமேல் சிவப்பாக இரத்தம் கசிந்திருக்கிறது. அவனோடு போர் தொடுக்க வந்தவர்களில் இருவருடைய உடலிலும் இரத்தம் கசிந்திருந்தது என்பதைத் திருப்தியுடன் கவனித்தான் கறுப்பனின் பையன். வந்திருந்தவர்களும் ஒருவர் பின் ஒருவராக வண்டியில் ஏறிக் கொள்கிறார்கள். அவர்களுள் இருவரைச் சோமு அதற்கு முன் பார்த்திருக்கிறான்.

ஊர்த் தலையாரி ஒருவன், இன்னொருவன் கடைத் தெருவிலே வாழைப்பழக் கடை வைத்திருப்பவன். மற்றவர்கள் எல்லாரும் அந்நியர்கள்; சாத்தனூர்க்காரர்களே அல்ல. வாயில் விரலைப் போட்டு சுவைத்துக் கொண்டே, நடப்பது எதிலுமே சம்பந்தப்பட்டுக் கொள்ளாமலே நிற்கிறான் சோமு. ஆனால் அவனையும் எப்படியாவது அந்தச் சம்பவத்திலே சம்பந்தப்படுத்திவிட வேண்டும் என்று நிச்சயம் செய்து கொண்டவன் போலக் கடைசி ஆசாமி வண்டியில் ஏறிக்

கொள்வதற்கு முன் பையனண்டை வந்து, "அப்பனைப் போல இல்லாமல் நீயாவது யோக்கியமாகப் பிழையடா பயலே!" என்று உரக்கச் சொல்லிவிட்டுப் 'பளா'ரென அவன் கன்னத்திலே ஓர் அறை விட்டான்.

அதற்குப் பிறகு சோமு தன் தகப்பனை மறுபடியும் பார்க்கவே இல்லை.

கறுப்ப முதலி ஒருநாள் மாலை குடி வெறியிலே யாரோ ஒரு புது ஆசாமியிடம் - சாத்தனூருக்கே புதியவன் - சண்டை போட்டு அவனை நையப் புடைத்துவிட்டானாம். அந்தப் புது ஆசாமி அங்கேயே, நின்ற இடத்திலேயே சுருண்டு விழுந்து செத்துவிட்டானாம். ஊர்த் தலையாரியும் மணியக்காரரும் மற்றும் பலரும் சேர்ந்து கறுப்பனை ஒழிக்க இதுதான் சமயம் என்று ஏற்பாடு செய்தார்கள்.

கறுப்பனுக்கு எதிராக அவர்களுக்கு உதவி செய்யப் பலர் தயாராக இருந்தார்கள். கறுப்பன் ஒருவனைப் பிடிக்க ஏழெட்டு ஆண் பிள்ளைகள் தைரியமாக வந்து, இரவில் அவன் தூங்கிக் கொண்டிருக்கும் போது கட்டிப் போட்டுவிட்டார்கள். கும்பகோணத்தில் தாணாவுக்குக் கொண்டுபோய்ப் போலீசாரிடம் ஒப்படைத்தும் விட்டார்கள். அதற்குப் பிறகு கறுப்பன் என்ன ஆனானோ! சோமுவுக்குத் தெரியாது! தூக்கிலிடப்பட்டு உயிர் நீத்தானோ, அந்தமானில் கல்லுடைத்துக் கர்மம் தீர்த்தானோ? - சோமு அறிந்து கொள்ள விரும்பியதே இல்லை என்றுதான் சொல்ல வேண்டும்.

வள்ளியம்மை தன் நினைவுகளை, முக்கியமாகக் கறுப்பனுடன் வாழ்ந்த நாட்களின் ஞாபகங்களை, அடியோடு மறந்துவிட விரும்பினாள். கறுப்பனைப் பற்றி நினைப்பதை

நிறுத்திவிட்டால் போதுமா? அது போதவில்லை. ஆகவே தன்னுடைய தினசரி அலுவல்களை அதிகரித்துக் கொண்டு அவற்றில் வெகு உற்சாகத்துடன் ஈடுபட்டாள்.

ஒரு பணக்கார இராயர் வீட்டிலே வேலைக்கு அமர்ந்தாள். ஓர் எருமை மாட்டை வாங்கிக் கொண்டு தயிர், வெண்ணெய், நெய் வியாபாரம் செய்யத் தொடங்கினாள். கறுப்பன் ஞாபகார்த்தமாக இருந்த தன் ஒரே பிள்ளையைச் சீராட்டிப் பாராட்டி வளர்க்கத் தலைப்பட்டாள்.

தினத்தில் அறுபது நாழிகை நேரம் போதாது போல இருந்தது அவளுக்கு. வாழ்க்கையிலே தன் ஒரே மகன் சோமசுந்தரத்தைத் தவிர அவளுக்கு வேறு ஒரு விதமான பிடிப்பும் ஏற்படவில்லை.

ஊரிலே கறுப்பனுடைய ஸ்தானத்தை அடைந்துவிட வேண்டும் என்று போட்டியிட்ட காளைகளில் சிலர் வேறு ஒரு காரியத்திலும் துணிச்சலுடன் ஈடுபட்டார்கள். வேறு எது எப்படியானாலும், வள்ளியம்மையின் உள்ளத்திலேயாவது கறுப்பனுடைய ஸ்தானத்தைக் கைப்பற்றிவிடுவது என்று சிலர் தீவிர முயற்சி செய்தார்கள். இதுவரையில் யாருடைய நட்பையுமே சுவைத்தறியாத சிறு பயல் சோமுவுடன் நட்புப் பாராட்டி அவன் மூலமாகவாவது தங்கள் காரியத்தைச் சாதித்துக் கொள்ளலாம் என்று சிலர் எண்ணினார்கள். சோமுவுக்குத் தின்பண்டங்கள் ஏராளமாகக் கிடைத்தன.

இந்தக் காலத்தில், வெளியே கிளம்பினால் உடன் வருவதற்கு, துணை வருவதற்கு இரண்டொருவர் எப்பொழுதுமே தயாராக இருந்தனர். இதனாலெல்லாம், இவ்வளவு நாளும் தனிமையிலே, மனிதர்கள் என்றால்

சுபாவமாக ஏற்பட்டிருந்த ஓர் அவநம்பிக்கையுடன் ஒதுங்கிப் போய்க் கொண்டிருந்த சோமு மனிதர்களிடம் நம்பிக்கை கொண்டு, நட்புப் பூண்டு பழக ஆரம்பித்தான்.

சோமுவுக்கு இரண்டொரு விசயங்களில் இலாபம் கிடைத்தது. மற்றவர்களுக்கு - காரியார்த்தமாக - அவனை அண்டியவர்களுக்கு - எவ்விதமான இலாபமும் கிடைக்கவில்லை.

வள்ளியம்மைக்கு இப்பொழுது வயசு இருபத்தைந்துக்கு மேல் இருக்கும். தன்னை நாடிய காளைகளில் யாரையும் அவள் தன் அண்டையில் வரக்கூட அனுமதிக்கவில்லை. ஐந்து வயதான சோமுப்பயல் தன் தகப்பன் போன பிறகு அவனைப் பற்றி என்னதான் நினைத்தான் என்று நிச்சயமாகச் சொல்ல முடியாது. வள்ளியம்மை அவனைத் தொட்டு அடிப்பதே கிடையாது. தன் இஷ்டப்படி எல்லாம் ஊரிலே திரிந்து அலைந்து அறிவின் எல்லைகளைத் தொட முயன்று கொண்டிருந்தான் சோமு. சாத்தனூர் எல்லைக்குள் இருந்ததை எல்லாம் ஆறு வயதாவதற்கு முன்னரே சோமு பூராவும் ஆராய்ந்துவிட்டான்.

சாத்தனூர்க் கோயில் விக்கிரங்களைவிட அந்தக் கோயில் மணிதான் சோமுவின் மனசை அதிகமாகக் கவர்ந்தது என்பதில் ஆச்சரியம் ஒன்றும் இல்லை. வெறும் உலோகத்தை உருக்கி வார்த்து அந்த மாதிரி இனிய நாதம் எழுப்பும் சக்தியை அதற்குக் கொடுத்தவன் உண்மையிலேயே ஒரு கலைஞனாகத்தான் இருக்க வேண்டும். அது தனி இசை! உள்ளத்தைக் கவர்ந்து உயிரையே உருகி ஓடச் செய்யும் இசை.

கடைத் தெருவிலே வாழைப்பழக் கடைக்கு போய்த் தம்பிடி கொடுத்தால் கடைக்காரன் ஒருசீப்புப் பழம் தருவான். ஆனால்

சோமுவிடம் தம்பிடி ஏது? தம்பிடி இல்லையே என்பதற்காக வாழைப்பழத்தை எண்ணி ஆசைப்படாமல் இருக்க முடியுமா? அந்த வாழைப்பழக் கடைக்கு எதிரே நாக்கில் நீர் ஊற நாள் தவறாமல் ஒற்றைக் காலால் நின்று தவம் செய்வான் சோமு.

நாள் தவறாமல் சோமு கடைத்தெருவுக்குப் போய் வாழைப்பழக் கடைக்கு எதிரே ஒரு நாழிகை, பட்டாணிக் கடலைக் கடைக்கு எதிரே அரை நாழிகை, மிட்டாய்க் கடைக்கு எதிரே கால் நாழிகை தவம்கிடந்து விட்டுத்தான் மற்ற அலுவல்களைக் கவனிப்பான்.

ஆறேழு வயதாவதற்குள்ளாகவே சோமு சாத்தனூர் கிராமத்தின் அத்தனை தெருக்களிலும் ஒரு தெரு விடாமல் ஆயிரம் தடவையாவது புகுந்து புகுந்து புறப்பட்டிருப்பான். தன் வயசுக்கு ஒத்த நண்பர்களுடனும், தனியாகவும், வயசை மீறிய சிந்தனைகளுடனும் அவன் சாத்தனூர் எல்லைக்குள் எங்கும் திரிந்து அலைவான்.

கடைத் தெருவிலே நடக்கும் வியாபாரத்தை எல்லாம் பார்ப்பான். வாங்குவோரையும் விற்போரையும் கூர்மையான கண் கொண்டு பார்ப்பான். பேரம் நடப்பதை எல்லாம் கவனித்து வைத்துக் கொள்வான். எல்லாவற்றையும் முழுச் சிரத்தையுடனும் கவனித்து வைத்துக் கொள்வான் அவன்.

ஆனியிலிருந்து தை மாசி வரையில் எட்டு ஒன்பது மாசங்கள் காவேரியாற்றிலே ஜலம் ஓடுகிறது. மனிதனுடைய மனதும் ஆத்மாவும் சரித்திரப் பரப்பிலே சில இடங்களில் வறண்டு அஸ்தமித்துவிடுவது போல வருடத்தில் மூன்று நான்கு மாசங்கள் காவேரி ஆறு, வெண் மணலும் வெயிலுமாக வறண்டுக் கிடக்கிறது. சோமு காவேரி ஆறு ஓடுவதைப் பார்க்கிறான்.

அவனுக்குப் பாவ புண்ணியமோ, சரித்திரமோ, கவிதையோ தெரியாது.

ஆனால் அவன் காவேரி நதியை அறிவான். அந்தக் காவேரி நதி, அவனுடைய வாழ்க்கையை மற்ற எல்லாவற்றுடனும் - சரித்திரம், கவிதை, பக்தி, நாகரிகம் எல்லாவற்றுடனும் - பிணைக்கப் பார்க்கிறது. காவேரி ஆற்றினுடைய பல தோற்றங்களும் சோமுவுக்கு அவன் சுயேச்சையாகச் செய்வதற்கு எதுவும் இல்லாமல் திரிந்து கொண்டிருந்த இரண்டு மூன்று வருடங்களிலே நன்கு பரிச்சயமாகிவிட்டன.

ஐயனார் கோயில் முன்னால் இருந்த கம்பீரமான பெரிய மண் குதிரைக்கு அப்பால் விசாலமான கீற்றுக் கொட்டகை. அதிலே உட்கார்ந்து அடிக்கடி திரௌபதி கதையும் அல்லி அரசாணி கதையும் கேட்டிருக்கிறான் சோமு.

எண்ணிறந்த கதைகள் - உலக அனுபவங்களை எல்லாம் ஒன்றாகத் திரட்டி உருட்டித் தருவது போன்ற கதைகள் - பலவற்றை அவன் ஏழு வயசுக்குள்ளேயே கேட்டு அனுபவித்திருந்தான்.

ஒருநாள் பிள்ளைமார் தெருவிலே பையனைப் பள்ளிக்கு அனுப்பும் கல்யாணம் ஒன்று நடந்தது. தெருவில் தூரத்தில் நின்றபடியே அந்தக் கல்யாணத்தைப் பார்க்கும் பாக்கியம் சோமுவுக்குக் கிட்டியது.

அதிகாலையிலிருந்து நண்பகல் வரையில் மேளக்கார இராமசாமி ஊதித் தள்ளிவிட்டான்; தவுல்காரன் தவுலைக் கையாலும் கோலாலும் மொத்தித் தள்ளிவிட்டான். பொரியும் கடலையும் - இது ஒரு பதக்கு, அது ஒரு பதக்கு - கலந்து போன இடம் தெரியாமல் போய்விட்டன. இருநூறு பேருக்குமேல் வந்து விருந்து சாப்பிடக் காத்திருந்தார்கள்.

தெருவிலே தூரத்தில் இருந்தபடியே ஐந்தாறு வயசுப் பையன் ஒருவன், ஆவலுடன் பார்த்துக் கொண்டு நிற்கிறானே, அவனைக் கூப்பிட்டு ஒரு பிடி பொரி கடலை கொடுக்கலாம் என்று கல்யாணத்திற்கு வந்திருந்த பக்கத்துக் கிராமத்து மிராசுதார் ஒருவர் அவனை அழைத்துக் கை நிறையப் பொரியும் கடலையும் கொடுத்தார். அதை வாங்கிக் கொண்டு என்றும் இல்லாத தன் அதிர்ஷ்டத்தைப் பாராட்டி வியந்து கொண்டே சோமு தன்னுடைய பழைய இடத்துக்குத் திரும்புகையில் கல்யாண வீட்டுக்காரர் அவனைப் பார்த்துவிட்டார்.

“அந்தச் சோமுப் பயலை யாருடா இங்கே வரவிட்டது? கறுப்பன் மவன்தானேடா அவன்? ஏதாவது சமயம் பார்த்து அடிச்சுண்டு போய்விடுவானேடா! அடிச்சு விரட்டு அந்தப் பயலை!” என்று ஊரெல்லாம் கேட்கும்படியாகக் குரல் கொடுத்தார் அவர்.

சோமு திரும்பி ஒரு விநாடி அவரையே பார்த்துக் கொண்டு நின்றான். ஆட்கள் யாராவது வந்து விடும் வரையில் அங்கே காத்திருக்க அவன் தயாராக இல்லை. யாரும் தன்னை நோக்கி வரும்முன் ஒரே பாய்ச்சலில் பந்தலுக்கு வெளியே போய்விட்டான். மறுபடியும் நின்று திரும்பிப் பார்த்தான்.

தன் கையிலிருந்த அவர்கள் வீட்டுப் பொரியையும் கடலையையும், மண்ணை வாரி இறைப்பது போலப் பந்தலுக்குள் எறிந்தான். அவர்களுடைய சொத்தில் எதுவும் தன் கையில் ஒட்டிக் கொண்டிருப்பதில் கூட அவனுக்கு இஷ்டமில்லை போலும். கையோடு கையைத் தட்டி தேய்த்து இடுப்பிலே கட்டியிருந்த வேட்டியிலே துடைத்துக் கொண்டான். தூரத்திற்கு - தன்னுடைய பழைய இடத்திற்கு - நகர்ந்தான்.

இவ்வளவையும் கவனித்துக் கொண்டே உட்கார்ந்திருந்த அயலூர்க்காரர் மறுபடியும் சோமுவைக் கூப்பிட்டுப் பொரியையும் கடலையையும் கொடுத்தார். தமக்குள் சொல்லிக் கொண்டார் : "கெட்டிக்காரப் பயல்! ரோசக்காரப் பயல்! பின்னால் பெரிய மனுசன் ஆனாலும் ஆவான்! அல்லது குடித்து ரௌடியாகத் திரிந்துவிட்டு உயிரை விடுவான். உம்.... இந்தப் பயலைப் படிக்க வச்சால் உருப்படுவான்.... உம்.... அவனைக் கண்டாலே இப்படிப் பயப்படுகிறார்களே! பலே பயல்தான் போலிருக்கு!" என்று தமக்குள்ளேயே சொல்லிக் கொண்டார் அவர்.

சாத்தனூர் மாடிப் பள்ளிக்கூடத்து நிழலிலே சுவரில் சாய்ந்து கொண்டு நின்றபடியே பகல் கனவுகள் காணத் தொடங்கினான் சோமு. அவன் அப்பொழுது கண்ட கனவுகளை விவரிப்பதென்பது ஆகாத காரியம்.

ஆனால் ஒன்று மட்டும் சொல்லலாம். அவனுடைய வாழ்க்கையிலே முதல் ஆசை, முதல் இலட்சியம், உருவாகிவிட்டது. அவ்வளவு சிறு வயசிலேயே அவன் தனக்கென்று ஒரு இலட்சியத்தை ஏற்படுத்திக் கொண்டு விட்டான். பள்ளியிலே தானும் படித்துப் பெரியவனாகி....

சோமுவின் இன்ப கனவுகளைக் கிழித்துக் கொண்டு 'சுளீர்' என்ற ஒரு சப்தம் கேட்டது. 'பளீர்' என்று ஓர் அடி முதுகிலே விழுந்தது. திடுக்கிட்டு விழித்துக் கொண்டே சோமு, எதிரே பிரம்பும் கையுமாக நின்ற சுப்பிரமணிய ஐயரை ஒரு தரம் பார்த்தான். தான் பள்ளிக்கூடத்தில் சேர்ந்து படிக்க ஆசைப்பட்டதே தவறு. பள்ளிக்கூடத்தின் நிழலிலே ஒதுங்கிச் சிறிது நேரம் நின்றதுகூடத் தவறு என்று ஒப்புக் கொண்டவன் போல, வில்லிலிருந்து விடுபட்ட அம்புபோல, 'ஜிவ்'வென்று பாய்ந்து ஓடி மறைந்துவிட்டான்.

ஏழு எட்டு வருடங்கள் இவ்வுலகில் வாழ்ந்துவிட்டான்; ஆனால் அந்த வருடங்களில் அவன் எள்ளளவு சுகபோகத்தையும் அறிந்து அனுபவித்தது இல்லைதான். கண்ட இடத்திலெல்லாம் கறுப்பன் மகன் என்று அவனைக் காறி உமிழ்ந்தார்கள். அகப்பட்டுக்கொண்ட இடத்திலெல்லாம் உதைத்துப் புடைத்தார்கள். காணவொட்டோமென்று அவனைச் சாத்தனூர்வாசிகள் எல்லோருமே கரித்தார்கள்! நண்பர்கள் என்று ஆதரவு காட்ட யாருமே இல்லை.

உலகிலே வாழ்க்கையிலே நம்பிக்கை பிறந்துவிடும்படியாக அவன் எதையும் அறியவில்லை. கனவுகள், ஆசைகள், இலட்சியங்கள் என்று இன்னும் உருப்பெறாத இலட்சியங்கள் - எல்லையற்றன, எண்ணிக்கையற்றன அவன் உள்ளத்திலே தோன்றி துடிக்கத் தொடங்கிவிட்டன.

ஒவ்வொரு கனவாக, ஒவ்வோர் ஆசையாக, ஒவ்வொரு இலட்சியமாக அவன் ஆராய்ந்துகொண்டே, மேலே மேலே, சூரியனை நோக்கிப் பாயும் கழுகைப் போல பறந்து கொண்டிருந்தான்.

ஆசைகளையும் கனவுகளையும் ஆரம்பம் முதலே அதிகமாகப் படைத்திருப்பவனை அதிர்ஷ்டசாலி என்று சொல்லாமல் வேறு என்னதான் சொல்வது? அவன் அதிர்ஷ்டசாலி அல்ல என்றால் வேறு யாரை இவ்வுலகில் அதிர்ஷ்டசாலி என்று சொல்லிவிட முடியும்?

சோமுவின் விசயத்திலே அவனுடைய சிந்தனைகள் எல்லாமே ஆசை உருவங்கள் பூண்டு வந்தன என்று சொல்வது மிகையே ஆகாது!

உண்மையிலேயே சோமு அதிர்ஷ்டசாலிதான்!

கறுப்பன் போன பிறகு வள்ளியம்மை தனக்கும் தன் பிள்ளைக்கும் தேவையானது, போதுமானது சம்பாதிக்கத்தான் சம்பாதித்தாள்; இராயர் வீட்டிலே அவள் வேலை செய்யப் புகுந்த நாள் முதல் அவளுக்கும் அவள் மகனுக்கும் வயிறார உண்பதற்குப் போதியது கிடைத்தது.

பச்சைப் பசேலென்று ஓங்கியிருந்த பயிருக்கு நடுவிலே, வருடம் பூராவும் ஏர்பிடித்து, வாள் பிடித்து உழைப்பது, சரியாக நிமிர்ந்து நிற்க போதிய நேரம் இல்லாமல் உழைப்பது எவ்வளவு மகத்தான இன்பம் என்பதைக் கற்பனை செய்து கொண்டு இன்பம் பூராவையும் நுகர ஆசைப்பட்டான் சோமு.

கடைத் தெருவில் இருக்கும் கடைகளில் உள்ளதை எல்லாம் வாங்கிவிட வேண்டும் என்று எண்ணுவான். அதைவிடச் சிறந்ததாக வேறு ஓர் ஆசை அடுத்த வினாடியே அவன் உள்ளத்தில் உதித்து விடும். தானும் ஒரு கடைக்காரனாகி வியாபாரம் செய்தால் எவ்வளவு நன்றாக இருக்கும் என்று யோசிப்பான்! எல்லா தினுசு வண்டிகளிலும் தான் ஏறி சவாரி செய்ய ஆசைப்பட்டான் சோமு.

கறுப்பன் மறைந்ததற்கு அடுத்த வருடமோ அதற்கு அடுத்த வருடமோ மகாமகம் வந்தது. குளத்திலே ஸ்நானம் செய்து புண்ணியம் சம்பாதிப்பதற்காக வள்ளியம்மை தன் மகனையும் அழைத்துக் கொண்டு மகாமகத்துக்குக் கும்பகோணம் போனாள்.

அன்று கும்பகோணம் போனதால் புது அனுபவங்கள் பல பெற்று புது மனிதன் ஆகிவிட்டான்.

தினசரி பார்த்துப் பழகிய சாத்தனூர்க் காரியங்களையும் அவன் புதுக்கண்கள் கொண்டு பார்க்கத் தொடங்கினான்.

அவன் மனசிலே ஒரே ஓர் ஆசை மட்டும் தோன்றிய வினாடியிலே மறைந்துவிடாமல் வினாடிக்கு வினாடி அதிகரித்து அதிக ஆட்சி செலுத்திக் கொண்டு வந்தது. அவன் எவ்வளவுதான் சிரமப்பட்டு அடக்கி வைத்தாலும் அந்த ஆசை மீண்டும் மீண்டும் கிளைத்துத் தழைத்தது. பணத்தின் சக்தியை அறிந்து கொண்டுவிட்டான்.

அந்தச் சக்தியை அவன் அறிந்து கொண்டு விட்டதன் காரணமாகப் பணம், காசு என்கிற இலட்சியம், ஆசை, கனவு அவன் மனசைவிட்டு அகல மறுத்தது. கையில் ஓரணா இருந்துவிட்டால், இருக்கிறது என்று தெரிந்துவிட்டால் கடைக்காரர்கள்கூட மரியாதையாக நடக்கத் தொடங்கிவிடுகிறார்கள் என்று அனுபவப்பூர்வமாக அறிந்திருந்தான் சோமு. பணம் என்கிற தெய்வம் சோமுவின் வாழ்க்கையிலே அவனுடைய சிறுவயதிலிருந்தே ஆட்சி செலுத்தத் தொடங்கிவிட்டது; இந்த ஆட்சியின் பலன்களைப் பூராவும் அனுபவிப்பதற்கு அவன் தயாராகிக் கொண்டிருந்தான்.

“வயசோ பத்தாயிடுச்சு! ஆயா இல்லாத கஷ்டமெல்லாம் படுமேன்னு உனக்குத் தோணலியே! ஆம்புள்ளையா லச்சணமா ஏதாவது ஒரு வேலை பாத்துக்குவம், ஆயாளுக்கு ஒத்தாசையா ஏதாவது செய்வம்னு ஒனக்கு எண்ணிக்காவது ஒரு நாள் தோணிச்சா? நான் பண்ண பாவம் செஞ்சேன்?” என்று குறைப்பட்டுக் கொண்டாள் வள்ளியம்மை.

‘தான் செய்வது தவறுதான்; பதில் சொல்வதற்கு எதுவும் இல்லை’ என்று அறிந்தவன்போல் சோமு கை கால் கழுவிக் கொள்ளப் பின்புறம் கிணற்றடிக்குப் போனான்.

வள்ளியம்மை, "இப்படி நீ தினம் தெரு தெருவாச் சுத்தி அலைஞ்சிட்டிருந்தா கட்டுமாடா நமக்கு? இவ்வளவு நாளும் ஏதோ இம்புட்டுப் புள்ளெதானே தொலையட்டும்னு விட்டிருந்தேன். இன்னிக்குக் காத்தாலை ஐயா காலிலே விளுந்து, 'எம் புள்ளைக்கு ஏதாவது வழி பண்ணையா'ன்னு கெஞ்சினேன். ஏதாவது செய்யறேன்னு சொல்லிச்சு. செய்யறப்பச் செய்யும். ஐயா மனசு வச்சாச் சாத்தனூரிலே நடக்காத காரியம் என்ன? நல்ல பயலாயிருந்தாப் பொழைச்சுக்கலாம் நீ!" என்று சொன்னாள்.

சோமுவுக்கும் இஷ்டம்தான் வேலை செய்ய. தவிரவும் அவன் தாயாருடைய வார்த்தைகளிலே தொனித்த உற்சாகம் அவனுக்கும் திருப்தி அளிப்பதாக இருந்தது. பெரிய இராயர் வீட்டிலே வேலை பார்க்கிறான் என்றால் ஊரிலே மற்றவர்கள் கூடக் கறுப்ப முதலியார் மகன்தானே என்று அவனை அலட்சியம் செய்வதை நிறுத்திவிடுவார்கள். நல்ல காரியம்தான்.

"வூட்லே வேலைக்கு வச்சுப்பாரா என்னை அந்த ஐயரு?" என்று கேட்டான் சோமு.

சற்றே வெளுப்பான வேட்டியை எடுத்துக் கட்டிக் கொண்டான். அதை வள்ளியம்மைதான் முதல்நாள் தோய்த்து உலர்த்தியிருந்தாள். ஏற்கனவே சோமு கட்டியிருந்த அழுக்குப் பிடித்த கந்தையைக் கண் மறைவாகக் கிணற்றடியிலே போட்டுவிட்டான். பிறகு சப்தம் செய்யாமல் திருட்டுத்தனம் ஏதோ செய்துவிட்டுப் பதுங்கிப் பதுங்கிப் போகிறவன்போலப் போய்த் திண்ணையிலே சாதுவாக உட்கார்ந்து கொண்டிருந்தான்.

சிறிது நேரத்திற்குள்ளாகவே அவன் தாய் சோறு தின்று விட்டு அக்கிரகாரத்தில் இருந்த இராயர் வீட்டுக்குப் போவதற்குத்

தயாராகிவிட்டாள். மாசத்தில் பாதி நாட்கள் வள்ளியமைக்கும் சோமுவுக்கும் தேவையான சோறு அவர் வீட்டிலிருந்து கிடைத்துவிடும்.

வள்ளியம்மைக்குச் செலவு என்ன ? ஒன்றுமே இல்லை. அவசியமானால் கூடிய வரையில் செலவு செய்யாமலே இருக்கத்தான் பார்ப்பாள். மிகவும் சொல்பம் குருவிபோலச் சேர்த்தும் வைத்திருந்தாள். சிவப்புப் பட்டுப் பை ஒன்றில் போட்டு எங்கேயோ, சோமு கண்களில் படாத இடத்தில் பத்திரப்படுத்தி வைத்தாள்.

அக்கிரகாரத்தில் இராயர் வீட்டிலே வேலை செய்யப் போன பிறகு கொஞ்சம் கொஞ்சமாக வள்ளியம்மை 'உடையவர்களின்' நடையுடை பாவனைகளைப் படித்து கொண்டுவிட்டாள். கறுப்பன் போவதற்கு முன், காசு என்றால் - ஒரே அலட்சியம்தான் ! கறுப்பன் போன பிறகுதான் 'உடையவர்களைப்' போல் ஆக வேண்டும், தன் பிள்ளை சோமு நல்ல கௌரவமான வாழ்க்கை நடத்த வேண்டும் என்று அவள் ஆசைப்பட ஆரம்பித்தாள்.

தன் பிள்ளையும் அவன் வயசுக்கேற்ற வேலை செய்து ஏதாவது சம்பாதித்துக் கொண்டு வந்து அந்தப் பட்டு பையில் போடுவதற்குத் தன்னிடம் தர வேண்டும் என்று எண்ணினாள்.

தெருவிலே வேலியோரமாகக் கிடந்தது ஒரு கிழிந்த கடிதம். அதைக் கையில் எடுத்துப் பார்த்தான் சோமு.

"ஊக்கும் ! உனக்கு அது வேறே தெரியுமாக்கும் !" என்றாள் வள்ளியம்மை கேலியாக.

தன் தாயாரே தன்னைக் கேலி செய்தது சோமுவுக்குச் சுருக்கென்று தைத்தது. தன் மனசுக்குள் ஒரு சபதம் செய்து கொண்டான் - தானே படிக்கக் கற்று கொண்டு விடுவது என்று.

பிள்ளைமார் தெருவைக் கடந்து சின்ன அக்கிரகார மூலையைத் தாண்டி கிழக்குத் திருப்பம் திரும்பிச் சர்வமானிய அக்கிரகாரத்துக்குள் புகுந்தவுடனே வள்ளியம்மை, "ஐயாவைக் கண்டதும் விழுந்து கும்பிடு. பாக்கி எல்லாம் நான் பேசுகிறேன். நீ ஏதாவது அசட்டுப் பிசட்டுன்னு பேசிப்புட்டு காரியத்தைக் கெடுத்துடாதே!" என்றாள்.

வள்ளியம்மை வேலை செய்த வீட்டு எசமானரின் பெயர் ரங்கராவ். மராத்தி பாஷை பேசும் இராயர். நன்கு படித்தவர். கிடைத்த சம்பளமும், உத்தியோகமும், பதவியும் போதும் என்று 'பென்சன்' வாங்கிக் கொண்டு விட்டார். அவருக்கு மாதம் முந்நூறு ரூபாய் 'பென்சன்' வந்து கொண்டிருந்தது. வேறு சில கிராமங்களிலும் அவருக்கு நிலங்கள் இருந்தன. எல்லாமாகச் சேர்ந்து ஐம்பது அறுபது வேலி நிலம் இருந்தது அவருக்கு.

வள்ளியம்மையும் அவளுடைய மகன் சோமசுந்தரமும் ரங்கராயருடைய வீட்டை அடைந்தபோது அவர் தம் வீட்டுத் திண்ணையில் ஒரு திண்டின் மேல் சாய்ந்து கொண்டு அப்பொழுதுதான் வந்திருந்த ஒரு கடிதத்தைப் பிரித்துப் பார்த்துக் கொண்டிருந்தார். கங்காபாயைத் திருமணம் செய்ய அவள் அம்மாஞ்சி வருவதாகக் கடிதம் சொன்னது.

தன் பிள்ளையைக் கையில் பிடித்துக் கொண்டு சற்று ஒதுக்குப்புறமாக நின்ற வள்ளியம்மை இதுதான் சரியான சமயம் என்று எப்படியோ அறிந்து கொண்டு விட்டாள். "ஐயாவை விழுந்து கும்பிடடா!" என்று சோமுவை முன்னே தள்ளினாள்.

சோமு கீழே விழுந்து நமஸ்காரம் செய்துவிட்டு எழுந்திருக்கும்போதுதான் இராயர் அவனைப் பார்த்தார். "யாரடா பயலே நீ? என்ன வேணும்?" என்று கேட்டார்.

பதில் என்ன சொல்வது என்று அறியாமல் பிரமித்துப் போய் நின்றான் சோமு. வள்ளியம்மைதான் சொன்னாள் "எம்மவனுங்க, இட்டுக்கிட்டு வந்தேனுங்க!" என்று.

இதற்குள் உள்ளே போயிருந்த கங்கா கையில் ரூபாயுடன் வெளியே வந்தாள். சாவியைத் தன் தகப்பனாரிடம் கொடுத்தாள். ரூபாயை 'ரன்னரி'டம் கொடுத்தாள். "நீ நல்லாருக்கணும் அம்மா! மவராசியாப் பத்தும் பெத்துக்கிட்டுச் சுகம்மா இருக்க வேணும் அம்மா" என்று வாழ்த்தி விட்டு இராயருக்கு மீண்டும் ஒரு தரம் கும்பிடு போட்டுவிட்டுத் தபால் 'ரன்னர்' அங்கிருந்து கிளம்பினான்.

ரங்கராயர், "பயல் என்னவோ அதிஷ்டக்காரப் பயல்தான். அவன் வருகிறபோது நமக்கும் நல்ல செய்தி வந்திருக்கு!" என்றார். பிறகு ஒரு விநாடி கழித்துச் சோமுவைப் பார்த்து, "உனக்கு என்னடா வேணும், பயலே! கேளு பார்க்கலாம்!" என்றார்.

இதுதான் கேட்பார், இதுதான் பதில் சொல்வது என்று ஏற்கனவே தீர்மானித்து வைத்திருந்தவன் போலச் சோமு தயங்காமல் கொள்ளாமல் பதில் அளித்தான். "சாயவேட்டி ஒண்ணு வேணுங்க எனக்கு," என்றான்.

தன் பையனுடைய தைரியத்தையும் அவன் எல்லாவற்றையும் விட்டுவிட்டுச் சாயவேட்டி என்று கேட்டதையும் பற்றி திகைத்துப் போனாள் வள்ளியம்மை.

"அறியாப் பயல்..." என்று ஏதோ சொல்லி அவன் தைரியத்தை மழுப்ப யத்தனித்தாள்.

ஆனால் ரங்கராயர் சிரித்தார், "நான் கூட என் சிறு வயசிலே சாயவேட்டி, சாயவேட்டி என்றுதான் ஜபம் பண்ணிக் கொண்டிருப்பேன். சாயவேட்டியினுடைய மகத்துவம் சின்ன வயசிலேதான் தெரியும்!" என்றார்.

பிறகு ஒரு விநாடி கழித்து, "சாயவேஷ்டிதானேடா வேணும் உனக்கு? வாங்கித் தரேன். சரிகைச் சீர் போட்ட சாயவேட்டி வாங்கித் தரேன்!" என்றார்.

வள்ளியம்மை தயக்கத்துடன், "சாயவேட்டிக் கென்னாங்க? ஏதோ அவனை உங்க வூட்லே வேலைக்கு வச்சுக்கிட்டா என் மவன் பொழைச்சுப் போவான்," என்றாள்.

ரங்கராயருக்கு இன்னும் ஒரு வேலைக்காரன் வைத்துக் கொள்வதுதானா பிரமாதம்? அவர் வீட்டிலே வேலைக்குப் பஞ்சமில்லை, வேலைக்காரர்களுக்கும் பஞ்சமில்லை.

"சரி, நம்மிடத்திலேயே வேலை செய்யட்டும்!" என்று சொல்லிவிட்டார் ரங்கராயர்.

மாதம் அரை ரூபாய் சம்பளம் - தினம் இரண்டு வேளையும் சாப்பாடு. விசேசத்துக்கு விசேசம் வேட்டி துணிமணிகள், வேறு நல்ல காரியம் எது நடந்தாலும் ஏதாவது கை நிறைய, மனம் நிறையக் கிடைக்கும்.

வள்ளியம்மைக்குப் பரம திருப்தி, இனித் தன் பிள்ளை பிழைத்துக் கொள்வான் என்று மனம் குளிர்ந்தாள். சோமுவுக்கும் திருப்திதான்; சந்தோசம்தான்!

சோமுப்பயல் அன்றே ரங்கராயர் வீட்டிலே சேவகனாக வேலைக்கு அமர்ந்துவிட்டான். மறுநாளே அவனுக்கு ஜரிகைக் கரை போட்ட சாயவேட்டியும் ஒரு ஜோடி கிடைத்துவிட்டது.

வேலைக்கு அமர்ந்ததற்கு மறுநாளே, இன்னொரு விசயமும் தெரிய வந்தது அவனுக்கு. ரங்கராயருடைய குதிரைகள் கட்டியிருந்த லாயம் தனியாகக் காவேரிக்கரைக்குப் போகும் வழியில் ஒரு தோட்டத்திலே இருந்தது. குதிரைகளைச்

சரிவரப் பார்த்துக் கொள்வதற்குச் சிதம்பரம் என்ற ஆளை அமர்த்தியிருந்தார் அவர்.

அந்தச் சிதம்பரமும் சாத்தனூர்க்காரன்தான். அதுமட்டுமல்ல; அவனும் மேட்டுத் தெருவான்தான். சோமுவின் தகப்பன் கறுப்ப முதலிக்கு ஒரு காலத்தில் மிகவும் வேண்டியவனாக இருந்தவன்.

எப்படியோ சோமுவுக்குச் சிதம்பரம் சிநேகிதமாகிவிட்டான். தான் கறுப்ப முதலிக்கு நண்பனாக இருந்தவன் என்று சொல்லிச் சொல்லியே அவன் சோமுவுக்கு மிகவும் நெருங்கியவனாகி விட்டான். சோமு அடிக்கடி சிதம்பரத்தைத் தேடிக் கொண்டு போகிறான் என்று கேள்விப்பட்டதுமே ரங்கராயர் அவனைக் கூப்பிட்டனுப்பிக் கடிந்து கொண்டார்; "அவன் உதவாக்கரைப் பயல் - அவனோடு சேர்ந்தால் நீயும் உதவாக்கரைதான், ஜாக்கிரதை!" என்றார்.

பையனுக்குக் குதிரைச் சவாரி செய்யக் கற்றுத் தருவதாகச் சிதம்பரம் ஆசை காட்டினான். முன்னை விட அதிக நேரம் - அதாவது வீட்டிலே வேலையில்லாது ஒழிந்த நேரம் எல்லாம் - சிதம்பரத்துடன் கழிப்பது பழக்கமாகிவிட்டது சோமுவுக்கு. சிதம்பரத்துடன் சேர்ந்து தன் பிள்ளை கெட்டுப் போகிறான் என்கிற செய்தி இதற்கிடையில் வள்ளியம்மையின் காதிலும் விழுந்துவிட்டது. அவள் சோமுவைக் கண்டித்தாள்.

வள்ளியம்மைக்கு மட்டும் அடிக்கடி சந்தேகம் தட்டிக் கொண்டே இருந்தது. தான் எவ்வளவுதான் முன் ஜாக்கிரதையாக என்னதான் செய்தாலும் கறுப்ப முதலியின் மகன் ஆயுள் பூராவும் கறுப்ப முதலியின் மகனாகவேதான் இருப்பானோ, திருந்தமாட்டானோ என்கிற பயம் அவளை அரித்துக்கொண்டே இருந்தது.

அவன் நல்லவனாகிவிட வேண்டும் என்று அவள் ஆசைப்பட்டாள். தன் பிள்ளையைக் 'காப்பாற்ற', அதுவும் சிதம்பரத்தினிடமிருந்து காப்பாற்ற, அவள் பெரிதும் விரும்பினாள்.

திருட்டுத்தனமாகச் சாத்தனூரிலிருந்து வெகு தூரத்துக்கு அப்பால் மாங்குடி தாண்டி அரிசிலாற்றங்கரையிலே தினம் மாலையில் சந்தித்தார்கள் நண்பர்கள் இருவரும். குதிரைச் சவாரி செய்யக் கற்றுக் கொண்டான் சோமு.

திருட்டுத்தனமாக வளர்ந்த இந்த நட்பும், இரகசியமாகக் கற்றுக்கொண்ட இந்தக் குதிரைச் சவாரியும் இன்னும் சில நாட்களில் எப்படிப் பயன்பட இருந்தன என்று சோமுவுக்கே தெரியாது.

கங்காபாயைத் திருமணம் செய்யவிருந்த சாம்பமூர்த்தி தன் மாமாவைப் போல அவ்வளவு பணக்காரனல்ல. அவன் தகப்பன் வைத்து விட்டுப் போயிருந்த சொத்து, சொல்பந்தான். ஆனால் ரங்கராயருக்கு கங்கா ஒரே பெண் குழந்தை. அவருடைய ஆஸ்தி எல்லாம் அவருக்குப் பிறகு கங்காவுக்கும், அவள் மூலம் சாம்பமூர்த்திக்கும்தான் சேரும். பொருளைப் பற்றி அவர்கள் கவலைப்பட வேண்டியதில்லை.

சாம்பமூர்த்தி படித்தவன் - அந்த வருடந்தான் அவன் பி.ஏ. பரீட்சையில் முதல் வகுப்பில் நல்ல தரத்தில் தேறியிருந்தான். நல்ல பையன்; கொஞ்சம் சாதுதான்; தெய்வ பக்தியுள்ளவன். உருவத்திலும் குணத்திலும் தங்கள் மகள் கங்காவுக்கு மிகவும் ஏற்றவன் என்று தாய் சோனிபாயும் தந்தை ரங்கராயரும் நினைத்தார்கள். கல்யாணத்திற்கு நாளும் பார்த்தாகிவிட்டது.

ஆனி மாதத்தில் ஒரு சுபமுகூர்த்தத்தில் செய்வது என்று பெரியோர்களால் நிச்சயிக்கப்பட்டது. கங்காவுக்காக நூற்றிருபது பவுன்கள் உருமாறுவதற்கு இருந்தன.

முதலில் ரங்கராயருடைய வீடு, பிறகு சர்வமானிய அக்கிரகாரம், பிறகு சாத்தனூர்க் கிராமம், அதற்கும் பிறகு கும்பகோணம் கடைத்தெரு என்று ஒன்றன்பின் ஒன்றாக ரங்கராயருடைய மகளின் கல்யாண ஏற்பாடுகளால் அமர்க்களப் பட்டன.

எல்லாவற்றிற்கும் முன்கூட்டியே ஏற்பாடு செய்ய வேண்டியிருந்தது. இல்லாவிட்டால் சமயத்தில் தேவையான சாமான் தேவையான அளவு கிடைக்காது போய்விட்டால் என்ன செய்வது? தினம் காலையிலும் மாலையிலும் இரண்டு வேளையும் ரங்கராயர் பெட்டி வண்டியையோ கோச்சு வண்டியையோ ஓட்டிக் கொண்டு வரச்சொல்லிக் கும்பகோணத்துக்குக் கிளம்புவார். தினம் அவருடன் இரண்டு வேளைகளிலும் கும்பகோணம் போய்வரும் பாக்கியம் சோமுவுக்குக் கிடைத்தது.

வீட்டிலிருந்த எண்ணற்ற பீரோக்களும் பெட்டிகளும் அலமாரிகளும் கொள்ளவில்லை - அவ்வளவு புடைவைகளும் வேட்டிகளும் வந்து குவிந்துவிட்டன கல்யாணத்திற்கென்று.

ஒரு பெரிய அறை பூராவும் ஒன்றின்மேல் ஒன்றாக, உத்தரத்தை எட்டித் தொடும் வரையில் பித்தளைப் பாத்திரங்களாக அடுக்கியிருந்தன. அடுத்த அறையிலே வெள்ளிப் பாத்திரங்கள் நிறைந்திருந்தன. பகலிலேகூட முன்னெல்லாம் இருட்டாக இருக்கும் அந்த அறையிலே இப்பொழுது ஒரு சிறு கை விளக்கை எடுத்துக் கொண்டு

போனால் போதும். ஆயிரம் இரண்டாயிரம் விளக்குகள் ஏற்றி வைத்தது போல் எங்கும் ஒளி வீசிற்று.

கல்யாணக் கடிதாசு அச்சிட்டு, அனுப்ப வேண்டியவர்கள் எல்லோருக்கும் அனுப்பியாகி விட்டது. தினம் சாத்தனூர்த் தபாலாபீசிலிருந்து வழக்கமாக அரைவாசிகூட நிரம்பாத ஒரு சிறு பைதான் கிளம்பும்.

ஆனால் கங்காவின் கல்யாணக் கடிதாசுகள் தபாலில் சேர்ந்த அன்று இரண்டு பைகள் கிளம்பின. இவ்வளவு சுறுசுறுப்புக்கும் இடையே ஒன்றுமே செய்யாமல், செய்வதற்கு ஒன்றுமே இல்லாமல், கையைக் கட்டிக் கொண்டு, கனவு கண்டுகொண்டு, உட்கார்ந்திருந்தாள் கங்கா.

கல்யாணம் நெருங்கிக் கொண்டிருந்தது - இன்னும் ஐந்தே நாட்கள்தாம் இருந்தன. அன்றிரவு ரங்கராயர் வீடு திரும்பியபோது வெகு நேரம் ஆகிவிட்டது. அவருடன் இரண்டு போலீஸ்காரர்களும் துப்பாக்கிகள் சகிதம் வந்திருந்தார்கள். பேச்சு வாக்கிலே ரங்கராயர் தம் மனைவியிடம், “யாரோ கொள்ளைக் கூட்டத்தார் இந்தப் பிராந்தியத்திலே வந்து இறங்கியிருப்பதாகப் போலீஸ் இன்ஸ்பெக்டரும் மாஜிஸ்டிரேட்டும் சொன்னார்கள். கிராமத்திலே உதவிக்கு இருக்கட்டும் என்று இரண்டு போலீஸ்காரர்களையும் இங்கே ‘டியூடி’ போட்டு என்னுடன் அனுப்பி வைத்தார்கள். தினமும் இரவில் இரண்டு போலீஸ்காரர்கள் வந்து காவலாகப் படுத்துக் கொள்வார்கள்!” என்றார்.

அவர் இதைச் சோனிபாயிடம் சொல்லிக் கொண்டிருக்கும்போது சோமு கூடத்திலே ரங்கராயருடைய படுக்கையைத் தட்டிப் போட்டுக் கொண்டிருந்தான். அவன்

சொல்ல வேண்டும் என்று மத்தியானம் நினைத்திருந்த விசயத்தை அதுவரையில் மறந்துவிட்டான்.

இப்போது புதுச் செய்தி ஒன்று சொல்லவே சோமுவின் சந்தேகம் ஊர்ஜிதப்பட்டது. அந்தக் கொள்ளைக் கூட்டத்தையும் சிதம்பரத்தையும் எப்படியோ சோமு, அந்தப் புது ஆசாமி மூலம், சம்பந்தப்படுத்திவிட்டான். படுக்கை தட்டிப் போட்டுக் கொண்டிருந்தவன், சிந்தனையில் ஆழ்ந்தவனாக ரங்கராயர் பக்கத்தில் நகர்ந்தான்.

அவனைக் கவனித்த ரங்கராயர், "ஏண்டா பயலே, இன்னிக்கிச் சாயங்காலம் கூப்பிடறச்சே எங்கேடா போயிட்டே? என்ன வரவர மோசமாயிட்டிருக்கே நீ? உன்னை எங்கெல்லாம் தேடறது?" என்றார்.

"இல்லீங்க....!" என்று ஏதோ சமாதானம் சொல்ல ஆரம்பித்த சோமு அந்த விசயத்தை விட்டுவிட்டுத் தன் சந்தேகங்களை ஆதியோடந்தமாகச் சொல்லத் தொடங்கினான்.

தான் குதிரை லாயத்துக்குப் போனதையும், அங்கே புது ஆசாமி ஒருவன் சிதம்பரத்துக்குப் பணம் கொடுத்ததைப் பார்த்ததையும், அவர்கள் இருவரும் 'குசுகுசு'வென்று இரகசியம் பேசியதையும் பற்றி விரிவாகச் சொன்னான். பிறகு அதே ஆசாமியைத் தெருவிலே பார்த்ததையும் சொன்னான். சிதம்பரம் அவனைத் தன் மச்சான் என்று உறவு கூறியதையும் சொன்னான்.

கங்காவுக்கும் சோனிபாய்க்கும் கொள்ளைக்காரர்கள் என்ற உடனேயே பயம் வந்துவிட்டது. அவர்கள் நடுங்கினார்கள். தவிரவும், வெள்ளியும் தங்கமுமாகக்

கல்யாணத்திற்கென்று செய்து வைத்திருந்தது வீட்டிலே ஏராளமாக இருக்கிறது.

நடுநிசியிலே வீட்டுக் கதவை யாரோ 'தடதட'வென்று தட்டும் சப்தம் கேட்டு விழித்துக் கொண்டான் சோமு. உடனேயே அவனுக்கு விஷயம் புரிந்தது. பிச்சாண்டியின் கொள்ளைக் கூட்டம்தான் அது. ஒரு விநாடிகூடத் தாமதிக்கவில்லை அவன். கல்யாணத்திற்காகப் புழங்க அந்த வீட்டிலே இடம் போதாதே என்று அடுத்த வீட்டுக்கும் இதற்கும் இடையிலிருந்த சுவரிலே ஓர் ஆள் போகும்படியாக இடித்துவிட்டிருந்தார்கள்.

அந்த வழியாகச் சோமு அடுத்த வீட்டிற்குள் புகுந்து கொல்லைக் கதவைச் சந்தடியில்லாமல் திறந்து கொண்டு வெளியேறினான். உதவி கொண்டு வருவதானால் கும்பகோணத்திலிருந்து வந்தால்தான் உண்டு. சாத்தனூரில் யாரும், எந்தத் தெருவாரும், பிச்சாண்டியின் கொள்ளைக் கூட்டத்துக்கு எதிராக ரங்கராயருக்கு உதவி செய்ய வர மாட்டார்கள் என்பது சோமுவுக்குத் தெரியும்.

இலாயத்திலே சிதம்பரம் வழக்கத்துக்கும் மீறியே அதிகமாகக் குடித்துவிட்டு சுயநினைவே இல்லாமல் கிடந்தான். வேகமாகப் போகக்கூடிய வெள்ளைக் குதிரையை அவிழ்த்துச் சந்தடியில்லாமல் சேணத்தை மாட்டி நடத்தி வெளியே கொண்டு போனான் சோமு. தாவி அதன் மேல் ஏறி அமர்ந்தான். இராஜபாட்டையை அடையும் வரையில் சப்தம் ஒலிக்காதிருக்கும் பொருட்டு குதிரையைச் சற்று மெதுவாகவே நடத்தினான்.

பொய்த் தேவு

பிறகு இராஜபாட்டையை அடைந்தவுடனே கும்பகோணத்தை நோக்கிக் குதிரையைத் தட்டிவிட்டான். நாலுகால் பாய்ச்சலில் பறந்தது குதிரை. கொள்ளைக் கூட்டத்தார் ரங்கராயரின் வீட்டுக் கதவைத் தட்டிக் கால் மணி நேரம் ஆவதற்குள் கும்பகோணத்தை நோக்கிச் சோமு குதிரைமேல் கிளம்பிவிட்டான்.

ஒரு நாழிகை நேரத்திற்குள் போதிய போலீஸ் உதவியுடன் திரும்பி வந்துவிடுவது என்கிற உத்தேசம் அவனுக்கு. சற்றேறக்குறைய இதே சமயத்தில் ரங்கராயர் வீட்டிலே சோனிபாயையும் கங்காவையும் ஓர் அறைக்குள் போட்டுப் பூட்டி விட்டு ரங்கராயரைத் தூணோடு சேர்த்துக் கட்டிக் கொண்டிருந்தார்கள் திருடர்கள். கதவைத் தாமாகத் திறக்காவிட்டால் உடைத்துக் கொண்டு உள்ளே வந்து இம்சிப்பார்கள் என்று எண்ணி ரங்கராயர் கதவைத் திறந்துவிட்டார்.

சாவிகளை வாங்கிக் கொண்டு அவரைக் கட்டிப் போட்டு விட்டு, "உம்.... எங்கெங்கே என்ன என்ன இருக்கிறது? சொல்லுங்கள் மரியாதையாக! நானும் உங்களை மரியாதையாக நடத்தத் தயார்!" என்று பிச்சாண்டி ரங்கராயரிடம் சொன்னான். ரங்கராயர் நடப்பது நடந்தே தீரும் என்று கடவுளின் மேல் பாரத்தைப் போட்டுவிட்டுச் சாவிகளைப் பிச்சாண்டியின் கையில் கொடுத்துவிட்டார். எங்கெங்கே என்ன என்ன இருக்கின்றன என்றும் சொல்ல ஆரம்பித்தார். பிச்சாண்டியின் ஆட்கள் வீட்டிற்குள்ளே இங்கும் அங்கும் நடமாட ஆரம்பித்தார்கள். சோமு அவர்கள் கையில் சிக்கவில்லை என்பதைக் கவனிக்காமல் இல்லை ரங்கராயர்.

எதிர்பார்த்ததைவிடச் சீக்கிரமாகவே சோமு கும்பகோணத்திலிருந்து உதவியுடன் - போதிய உதவியுடன் - சாத்தனூர் திரும்பிவிட்டான். அவ்வளவு சீக்கிரமே எல்லாம் தயாராகி உதவியும் கிடைத்ததற்குக் காரணம் சோமுவினுடைய கெட்டிக்காரத்தனம்தான்.

மாஜிஸ்டிரேட் ஐயர் தன் எசமானருக்கு மிகவும் வேண்டியவர், நெருங்கிய நண்பர் என்பதைச் சோமு முன்னர் எசமானுடன் பல தடவைகள் கும்பகோணம் போன சமயத்தில் அறிந்து கொண்டிருந்தான். தவிரவும் மாஜிஸ்டிரேட் ஐயருக்குப் போலீசாரிடம் நல்ல செல்வாக்கு இருந்தது என்பது எப்படியோ தெரிந்திருந்தது அவனுக்கு.

மாஜிஸ்டிரேட் ஐயரும் சோமுவை அதற்குமுன் பல தடவைகள் ரங்கராயருடன் வந்திருந்தபோது கண்டது உண்டு. ஆகவே அவன் சுருக்கமாக விசயத்தைச் சொல்லி, அவசியத்தையும் அவசரத்தையும் உணர்த்தியபோது ஆக வேண்டியதை எல்லாம் உடனே செய்ய முற்பட்டார் அவர்.

முப்பது நாற்பது பேர் போலீஸ்காரர்கள் - ஸ்டேஷனிலும் வேறு இடங்களிலும் 'ட்யூட்டி'யில் இருந்தவர்கள் - துப்பாக்கிகள் சகிதம் கிளம்பினார்கள். கும்பகோணம் குடியானவர் தெருக்களிலிருந்தும் பலர் கையில் தடிகளுடனும் அரிவாள்களுடனும் கிளம்பினார்கள். இன்ஸ்பெக்டரும் வந்தார், மாஜிஸ்டிரேட்டும் வந்தார் - இருவரும் சைக்கிளில் வந்தார்கள். சோமு தன் குதிரை மேலேயே திரும்பினான். போலீஸ்காரர்கள் ஓட்டமும் நடையுமாக அந்த நாலு மைல்களையும் வெகு துரிதமாகவே கடந்துவிட்டார்கள்.

மாஜிஸ்டிரேட் ஐயரும், போலீஸ் இன்ஸ்பெக்டரும், சோமுவும் சாத்தனூர் எல்லையை அடைந்தவுடனே சற்று நின்று எப்படி என்ன செய்யலாம் என்று யோசித்தார்கள். சோமுதான் கொள்ளைக்காரர்களைப் பிடிப்பதற்குச் சுலபமான யுக்தி சொன்னான். அதை நிறைவேற்றி வைக்கிற பொறுப்பும் அவனுடையதாயிற்று.

சோமு மட்டும் தைரியமாகப் போய் ரங்கராயர் வீட்டு வாசல் கதவை இலேசாகத் தட்டினான்.

பூட்டுத் துவாரத்தின் வழியாக கொள்ளைக் கூட்டத்தைச் சேர்ந்தவன் ஒருவன் வெளியே நின்று கதவைத் தட்டுவது யார் என்று அனுமானிக்க முயன்றான் என்பதை அறிந்தான் சோமு.

உடனே பூட்டுத் துவாரத்தண்டை வாயை வைத்து 'குசுகுசு'வென்று மெல்லிய குரலில், "குதிரைக்காரச் சிதம்பரம் அனுப்பிச்சாரு! பிச்சாண்டிகிட்டே சொல்லு!" என்றான்.

உள்ளே சோமு கண்ட காட்சி அவனைக் கதிகலங்க அடித்தது. சோனிபாயையும் கங்காவையும் காணவில்லை. ரங்கராயரைத் தூணோடு சேர்த்துக் கட்டியிருந்தார்கள். கூடம் பூராவும் வீட்டிலிருந்த சாமான்கள் எல்லாம் தாறுமாறாகச் சிதறிக் கிடந்தன. பல சாக்குகள் நிறையச் சாமான்கள் போட்டுக் கட்டிக் கிடந்தன. எடுத்துப் போக தயாராகக் கட்டி வைத்திருந்தார்கள் என்று எண்ணினான் சோமு.

ரங்கராயருடைய பணப்பெட்டிகூடக் கூடத்திலேதான் இருந்தது. அதற்குப் பக்கத்திலே பிடி மீசையும், குரூரம்

ததும்பிய முகமும், சிவந்த கண்களுமாக உட்கார்ந்திருந்த வாட்டசாட்டமான மனிதன்தான் பிச்சாண்டி என்பதிலே சோமுவுக்குச் சிறிதும் சந்தேகம் உண்டாகவில்லை. எடுத்துப் போகக்கூடிய சாமான்கள் வேறு என்ன என்ன இருந்தன என்று மூலை முடுக்குகளிலெல்லாம் தேடிக் கொண்டிருந்தார்கள் போலும் கொள்ளைக்காரர்கள்.

கூடத்திலே பத்துப் பன்னிரண்டு பேர்தாம் இருந்தார்கள். இன்னும் பத்துப் பன்னிரண்டு பேர்வழிகள் இருந்தால் ஜாஸ்தி. இருபது இருபத்தைந்து கொள்ளைக்காரர்கள்தாம் வந்திருந்தார்கள் என்பது நிச்சயமானவுடனே சோமுவுக்கு வெகு திருப்தியாக இருந்தது.

கதவைத் திறந்து சோமுவை உள்ளே விட்ட ஆசாமி அவனைக் கொண்டுபோய்ப் பிச்சாண்டியின் முன் நிறுத்தினான். பிச்சாண்டி கண்களை விழித்து உருட்டிச் சோமுவைப் பார்த்துப் பயங்கரமான குரலில், "யாருடா பயலே! நீ யாரு? எப்படித் தைரியமாக இங்கே வந்தே?" என்றான், மீசை மேல் கை போட்டபடி.

இதற்குள் அங்கிருந்தவர்களில் ஒருவன் சோமுவின் உதவிக்கு வந்தான். "உங்களுக்குக்கூட உறவுன்னு சொல்லிக்கிட்டு மேட்டுத் தெருவுலே கறுப்பன்னு ஒருத்தன் இருந்தான்லே, அவனுடைய மவனாம் இந்தப் பயல்....!" என்றான்.

சோமு அதைப் பிடித்துக் கொண்டான்; "ஆமாங்க, இப்ப நான் குதிரைக்காரச் சிதம்பரத்துக்கிட்டே வேலை செய்றேன். இன்னிக்குப் பூரா அவருக்கு நினைப்பே இல்லீங்க. இப்பத்தான் ஏதோ நினைச்சுக்கிட்டாரு. 'சோமு'ன்னாரு. 'ஏன் அண்ணாத்தே!'ன்னேன்.

"அவரு சொன்னாரு. 'பிச்சாண்டி இந்த நேரம் வந்திருப்பான். அவன் கிட்டப்போய் நீ சொல்லு. ஐயா வூட்டுக்கு எதிரிலே இருக்கிற வூட்டையும் ஐயரு போன மாசந்தான் வாங்கிச்சு. வாங்கினப்புறம் ஒரு நாள் அவரு கூடத்திலே தென் கிழக்கு மூலையிலே ஏதோ பள்ளம் பறிச்சு எதையோ உள்ளே வச்சு மண்ணைப்போட்டு மூடினாரு. என்னன்னு நிச்சயமாத் தெரியாது.

"பணம், காசு, வெள்ளி, தங்கம் இருக்கலாம். பிச்சாண்டியைப் பாக்கச் சொல்லு. அந்த இடத்திலே ஏதாவது கிடைச்சா எனக்கு ஒரு பங்கு கேட்டேன்னு சொல்லு" இன்னுச்சு.

'ஐயையோ ! நான் போகமாட்டேன் ! ஆப்புட்டுக்கிட்டா வாயைத் திறக்கறதுக்கு முன்னாடி அடிச்சுப் போட்டுடுவாங்க. நான் போக மாட்டேன்'னேன். 'சிதம்பரம்னு பேரைச் சொல்லிக்கிட்டுப் போடா. ஒண்ணும் செய்ய மாட்டாங்கடா'ன்னாரு சிதம்பரம்."

'கொள்ளைக்காரர்கள் எவ்வளவு பேர் இருப்பார்களோ ? இருந்தாலும் இரண்டு கோஷ்டியாகப் பிரித்துவிட்டால் தீர்த்துக் கட்டிவிடுவது சுலபமாக இருக்கும். அதற்கானதைச் செய்யத் தான் தயாராக இருப்பதாக' சோமு சொன்னான். தன் எசமான் ரங்கராயர் முந்திய வாரம் எதிர்ப்பக்கத்தில் ஒரு வீடு வாங்கியிருந்தது சோமுவுக்குத் தெரியும். சிதம்பரத்தின் பெயரை உபயோகித்துக் கொண்டு உள்ளே போய்விடலாம்.

உள்ளே போனபின் எதிரிலிருந்த வீட்டைப் பற்றிச் சொன்னால் கொள்ளைக்காரர்கள் நம்பாமலா இருந்துவிடப் போகிறார்கள் என்கிற நம்பிக்கை சோமுவுக்கு.

புதிதாக இரண்டொரு தீப்பந்தங்களைக் கொளுத்தச் சொல்லி பிச்சாண்டி உத்தரவிட்டான். பிறகு தன் ஆட்களில் பதினைந்து பேரை அங்கே கூடத்தில் கொண்டு வந்து சேர்த்திருந்த சாமான்களை எல்லாம் எடுத்துத் தயாராகக் கட்டி வைத்துக் காவல் செய்ய சொல்லிவிட்டுப் பன்னிரெண்டு பதின்மூன்று பேர் பின் தொடர கதவைத் திறந்து கொண்டு வெளியே அக்கிரகாரத்துக்குள் போனான் பிச்சாண்டி.

சோமுவுக்கு எந்த நிமிடம் தன் உயிருக்கே ஆபத்து வந்துவிடுமோ என்று எண்ணிப் பயந்தான். சிதம்பரத்தின் மச்சான் கைப்பிடியிலிருந்து தன்னை விடுவித்துக் கொண்டு தைரியமாகவே பிச்சாண்டியின் பக்கத்திலேயே நடந்தான் சோமு.

ரங்காராயரின் சாவிக் கொத்திலிருந்து ஒரு சாவியைப் போட்டு எதிர்வீட்டு வாசற்கதவைத் திறந்தார்கள். மூன்று ஆட்கள் ஒரு தீவர்த்தியுடன் முதலில் வீட்டுக்குள் போனார்கள். அவர்கள் போய் இரண்டு நிமிடங்களுக்குப் பிறகுதான் பிச்சாண்டியும் உள்ளே செல்ல முயன்றான். வாசற்படியில் அவன் கால் தடுக்கிற்று. நிமிர்ந்தான். மேல்படி அவன் தலையில் இடித்தது.

அதே வினாடியில் ஊரெல்லாம் ஒலிக்கும்படியாகக் குரல் கொடுத்தான் பிச்சாண்டி - பயங்கரமான ஒரு குரல்; வார்த்தைகள் எதுவும் இல்லை - சங்கேதமான ஒரு சப்தம்; அவ்வளவுதான்.

"உள்ளே ஏதோ ஆபத்திருக்கு!" என்று அவன் சொல்லி வாய் மூடுமுன் நடுத்தெருவிலிருந்து ஒரு குரல் கெக்கலிகொட்டிச் சிரித்து, "ஆபத்து உள்ளே மாத்திரம் இல்லையப்பா, நாலு பக்கமும் இருக்கு!" என்றது. அந்தக் குரல் கும்பகோணத்து மாஜிஸ்டிரேட்டின் குரல் போல இருந்தது சோமுவுக்கு.

அதே வினாடி எங்கும் ஏகக் களேபரமாகிவிட்டது. பிச்சாண்டியின் ஆட்களே அவனுக்குப் பின்னால் நின்றிருந்தபடியால் அவனால் சுலபத்தில் தெருவை அடைந்துவிட முடியவில்லை. வாசற்படியும் ரேழியும் ரொம்பக் 'கீக்கிடம்'. பிச்சாண்டியால் கழி சுற்ற முடியாது. எப்படியோ பிச்சாண்டியின் மனசில் தோன்றிவிட்டது, இந்த இசைகேடான நிலைமைக்குத் தன் பக்கத்திலிருந்த சோமுப் பயல்தான் காரணம் என்று. பக்கவாட்டில் திரும்பி, வலது கையில் கழி இருந்ததால் இடது கையாலேயே 'பளார்' என்று ஓர் அறை வைத்தான் சோமுவின் கன்னத்தில்.

காது பாடிற்று சோமுவுக்கு. அடுத்த அறை கன்னத்தில் விழுந்தது தெரியுமே தவிர அதை உணரவில்லை சோமு. அவன் சுருண்டு சுயநினைவை இழந்து கீழே விழுந்துவிட்டான்.

சுயநினைவற்றுக் கீழே விழப்போகிற சமயத்தில் சோமுவுக்கு 'வெற்றி பெற்றுவிட்டோம்' என்கிற திருப்தி ஏற்பட்டு விட்டது. கொள்ளைக் கூட்டத்தாரில் இருபத்தொன்பது பேரும் ஒருவர் பாக்கியில்லாமல் சிக்கிக் கொண்டு விட்டார்கள்; பிச்சாண்டி உள்படத்தான்.

தன் தோல்வியில் முக்கியமாகப் பங்கெடுத்துக் கொண்டவன் சோமுதான் என்பதை ஊகித்தறிந்தவன் போலப் பிச்சாண்டி, பையன் சுயநினைவை இழந்து கீழே விழுந்த பிறகுகூட அவனை உதைத்து அடித்திருக்கிறான். சோமு அவ்வளவு அடிகளையும் உதைகளையும் தின்றும் உயிர் வைத்திருந்ததே பெரிசு என்றுதான் சொல்ல வேண்டும்.

மறுநாள் ரங்கராயர் கும்பகோணத்திலிருந்து, 'இங்கிலீஷ்' டாக்டரை வரவழைத்துக் காட்டினார். "சரியாகப் பார்த்துக் கொண்டால் பையன் பிழைத்துக் கொள்வான்," என்றார் டாக்டர்.

சோமுவின் உடம்பிலே அநேகமாக எல்லா இடங்களிலுமே மருந்து போட்டுக் கட்டிவிட்டுப் போனார். தினம் காலையிலும் மாலையிலும் வண்டி அனுப்பி டாக்டரை வரவழைத்து மருந்து போட்டுக் கட்டச் சொல்லி ஏற்பாடு செய்தார் ரங்கராயர்.

இவ்வளவும் ஆன பிறகு சோமுவுக்குச் செய்ய வேண்டியதை எல்லாம் செய்யாமல் விட்டு விடுவார்களா? கங்காவும் சோனிபாயும் போட்டி போட்டுக் கொண்டு, தங்கள் வீட்டுப் பிள்ளையே போல, அவனைப் பார்த்துக் கொண்டார்கள்.

அவர்கள் எல்லாரும் எதிர்பார்த்ததைவிட அதிசீக்கிரமே சோமு குணமடைந்துவிட்டான். ரங்கராயரும் அவர் வீட்டாரும் தன்னைக் குணப்படுத்துவதற்காகப் பட்டிருந்த கஷ்டங்களையும், தனக்காகக் கல்யாணமே ஒத்தி வைக்கப்பட்டிருந்தது என்பதையும் அறிந்து அவன் கண்ணீர் பெருக்கினான்.

சாத்தனூர் பூராவிலுமே, ஏன் கும்பகோணத்திலும் கூடப் பல நாள்கள் இதேதான் பேச்சாக இருந்தது. பதினொரு வயசு நிரம்பாத ஒரு சிறு பையன், பிச்சாண்டியை - தன் பெயரைக் கேட்டே நடுங்கும்படி செய்திருந்த கொள்ளைக் கூட்டத் தலைவன் பிச்சாண்டியை - எதிர்த்துத் தப்பி ஓடி, உதவி அழைத்து வந்து, தந்திரம் செய்து, பிடித்துக் கொடுத்துவிட்டான் என்பதே பேச்சாக இருந்தது. அந்தப் பையன் பெரியவனானபின் என்ன என்ன செய்வானோ என்று ஆச்சரியப்பட்டார்கள் ஜனங்கள்.

பொய்த்தேவு 43

வள்ளியம்மைக்குப் பயம் ஒரு புறம் இருக்கப் பெருமை ஒரு புறம் பிய்த்துக் கொண்டு போயிற்று. ஊரிலே கறுப்ப முதலி செய்திருந்த பாபங்களுக்கெல்லாம் தன் மகன் இந்த ஒரே காரியத்தால் பிராயச்சித்தம் செய்துவிட்டான் என்கிற எண்ணம் உண்டாயிற்று. இனிமேல் தங்களைப் பற்றி ஊரார் இளப்பமாகப் பேசமாட்டார்கள் என்று எண்ணி மகிழ்ந்தாள்.

அவள் கண்கள் நிறைந்தன! "சின்னப்பய சாமி என் பிள்ளை! ஒண்ணும் அறியாப் பயல்!" என்றாள்.

"இனிமேல் என் பிள்ளை மாதிரி அவன்!" என்றார் ரங்கராயர்.

சோமு, "எனக்காக அந்தச் சிதம்பரத்தை விட்டுவிடுங்கோ. ஒண்ணும் பண்ண வேண்டாம். எங்கேயாவது தொலையட்டும். அவனாகப் படுகுழியிலே விழுந்து பாழாகட்டும்!" என்றான்.

"அவனைப் பற்றி நான் இதுவரையில் போலீஸ்காரர்களிடம் சொல்லவே இல்லை. எப்படியாவது அவன் தொலையட்டும் என்றுதான் விட்டுவிட்டேன்," என்றார் ரங்கராயர்.

ஒரு வினாடி யோசித்துவிட்டு ரங்கராயர் மேலும் சொன்னார் : "இது என்ன அல்ப விஷயம். உனக்கு எது வேணுமானாலும் கேள் - செய்கிறேன்,"

சோமுப்பயலுக்கு உள்ளூர எவ்வளவோ ஆசைகள் குமுறிக் கொண்டிருந்தன. ஆனால் இது வேண்டும் என்று கேட்கலாமா, அது வேண்டும் என்று கேட்கலாமா என்று அவன் தயங்கவில்லை. இந்தக் கேள்வி கேட்டால் இதுதான் பதில் சொல்வது என்று தீர்மானித்து வைத்திருந்தவன்போல

- முன் ஒரு தரம் சற்றும் தயங்காமல், 'சாயவேட்டி' என்று பதில் சொன்னதுபோல - இப்பொழுதும் பதில் அளித்தான்.

"எனக்கு எழுதப் படிக்கச் சொல்லித்தரச் சொன்னீங்கன்னா....." என்றான் சோமு. தன்னையும் மீறியே ரங்கராயர் "பலே!" என்றார். பிறகு மீண்டும், "கங்காவின் கல்யாணமெல்லாம் ஆன பிறகு நல்ல நாள் பார்த்துச் சுப்பிரமணிய ஐயரைவிட்டு உனக்கு எழுதப்படிக்கச் சொல்லித்தரச் சொல்லுகிறேன்," என்றார்.

எங்கே கல்யாணம் என்கிற பேச்சு வந்தாலும், யாராவது ஒரு கிழவர், நேரில் போய்ப் பார்த்தவர் சொல்லுவார், "கல்யாணம் என்றால் எல்லாம் கல்யாணமாகிவிடுமா சார்? சாத்தனூர் ரங்கராயர் ஆத்துக் கல்யாணம் மாதிரி முன்னேயும் இருந்திராது; பின்னேயும் இருந்ததில்லை; இனிமேலும் இருக்கப் போவதில்லை," என்று. இந்த வாக்கியம் இல்லாமல் கல்யாணங்களைப் பற்றிய பேச்சுப் பூர்த்தியாவதே அபூர்வம்.

முன் காலத்திலெல்லாம் இராஜாக்கள் வீட்டுக் கல்யாணங்கள் எவ்வளவு விமரிசையாக நடக்குமோ அவ்வளவு விமரிசையாக நடந்தது கங்காபாய்க்கும் சாம்பமூர்த்திராயருக்கும். தஞ்சை ஜில்லா பூராவும் பிச்சாண்டியினுடைய பெயரைக் கேட்டே நடுங்கிக் கொண்டிருந்த சமயத்திலே, அந்தப் பிச்சாண்டியின் புகழ் ஓய்ந்து அவனும் சிறையில் அடைபடுவதற்குக் காரணமாக இருந்த கல்யாணம் அது.

முடிசூடா மன்னன் என்று எண்ணி யாருக்கும் அடங்காது திரிந்து அட்டகாசம் செய்து கொண்டிருந்த அந்தப் பிச்சாண்டி கைதாவதற்கு மூல காரணமாக

இருந்தவன் பதினொரு வயசு நிரம்பாத ஒரு சிறுவன் என்றறிந்து ஆச்சரியப்படாமல் இருக்க முடியுமா ? அந்தப் பையன்கூட பிச்சாண்டிக்கு ஏதோ ஒரு வழியில் உறவு என்று சொல்லிக் கொண்டார்கள்.

இவ்வளவு விமரிசைகளும் தன்னால்தான் என்று ஒரோர் சமயம் எண்ணினான் சோமு - தனக்காகத்தான் என்று ஒரோர் சமயம் எண்ணினான். அப்படி நினைப்பது தவறு என்று எண்ணினான் ஒரோர் சமயம். வள்ளியம்மை எதுவும் எண்ணவில்லை; அவள் ஆனந்தத்தில் அமுந்திக் கிடந்தாள் !

சோமுவினுடைய பதினோராவது வயதிலிருந்து நாற்பத்தோராவது வயது வரையில் முப்பது வருடங்கள் கழிந்தன. முப்பது வருடங்களில் உலகத்திலே என்ன என்ன நடக்க முடியும் என்பதற்கு இந்த முப்பது வருடங்களைவிடச் சிறந்த உதாரணம் வேறு என்ன வேண்டும்?

சோமு சிறுவனாக இருந்தபோது ஏதாவது வண்டியில் கொஞ்ச தூரமாவது சவாரி செய்ய வேண்டும் என்று ஆசைப்பட்டான் - ரங்கராயர் வீட்டில் வேலைக்கு அமர்ந்தபின் இந்த ஆசை பூர்த்தியாகிவிட்டதால் மறைந்து போய்விட்டது.

ஆனால் மறைந்த ஓர் ஆசையின் இடத்திலே ஆயிரம் ஆசைகள் தழைத்தன. சோமு பைத்தியக்காரன் அல்ல; மதியீனனும் அல்ல. அவன் உள்ளத்திலே ஆசைகள் பொங்கின - அவன் உடலிலே உழைப்பதற்குத் தேவையான சக்தி இருந்தது.

எழுதப் படிக்கக் கற்றுக் கொள்ள வேண்டும் என்று ஆசைப்பட்டு அதைச் சமயம் வாய்த்த போது ரங்கராயரிடம்கூடச் சொன்னான் சோமு. கங்காபாயின்

கல்யாணச் சந்தடி எல்லாம் அடங்கிய பிறகு ரங்கராயர் சாத்தனூர் மிடில் ஸ்கூல் தலைமை உபாத்தியாயர் சுப்பிரமணிய ஐயரிடம் சொல்லிச் சோமுவுக்கு எழுதப்படிக்கச் சொல்லித் தர ஏற்பாடு செய்தார்.

பள்ளிக்கூடத்து நிழலிலே ஒதுங்கியபோது தன் பிரம்பால் அடிபட்டான் அந்தப் பையன் என்று சுப்பிரமணிய ஐயருக்கு ஞாபகம் இருந்தது போலும். அவர் இந்த ஒரு மாணவனை மட்டும் பிரம்பால் தொட்டதுகூட இல்லை.

பிரம்பெடுக்க அவசியமே இல்லை. பையன் கற்றுக் கொள்ள ஆசைப்பட்டான். ஒரு தரம் சொன்னால் போதும், மனசிலே இருத்திக் கொண்டான். தினம் மாலையில் சுப்பிரமணிய ஐயர் வீட்டுக்குப்போய் இரண்டு நாழிகை நேரம் படிப்பான், எழுதுவான், கணக்குப் போடுவான். இரண்டு வருடங்களுக்குள்ளாகவே ஆரம்பக் கணக்குகளை எல்லாம் சுலபமாகப் போடப் பழகிவிட்டான் - தமிழைத் தடுமாறாமல் வாசிக்க கற்றுக் கொண்டுவிட்டான். ஆங்கிலம் அவ்வளவாக ஏறவில்லை. நாலு வருடங்களுக்குள்ளாகப் 'படித்தது போதும்; அதற்கு மேல் தேவையில்லை' என்று சொல்லுகிற அளவுக்குப் படித்து விட்டான்.

ஐந்து ரூபாய் பணம் சேர்த்துக் கும்பகோணம் கடைவீதியை விலைக்கு வாங்கிவிட வேண்டும் என்று அவன் ஆசைப்பட்டான் ஆரம்ப காலத்தில். நாளடைவில் ஐந்து ரூபாய் போதாது என்கிற விசயம் அவனுக்குத் தெரியவந்தது. அதற்காக அந்த ஆசையை விட்டுவிடுவதாக இல்லை அவன்.

ஐம்பதோ, ஐந்நூறோ, ஐந்து லட்சமோ, கும்பகோணத்துக் கடைத்தெருவையே விலைக்கு

வாங்கிவிடுவது என்று அவன் தீர்மானித்துக் கொண்டான். ஒரு சமயம் மூன்று தம்பிடிகள் சேர்த்துக் கூட வைத்தான். இளவயதில் உண்டிப் பெட்டி ஒன்று வாங்கி அதிலே பணம் போட ஆரம்பித்தான். ஒரு முப்பது வருசங்களில் அந்த உண்டிப்பெட்டி எவ்வளவோ தரம் நிறைந்து நிறைந்து காலியும் ஆயிற்று.

உண்டிப் பெட்டியிலே வெள்ளிக் காசு தவிர வேறு எதுவும் போடுவதில்லை என்று தீர்மானித்த காலமும் ஒன்று வந்தது. இந்த முப்பது வருடங்கள் மட்டுமல்ல - அதற்கப்பாலும் பல வருடங்கள் அந்த உண்டிப் பெட்டிக்கு அவசியம் ஏற்பட்டு அது மறைந்த பிறகுங்கூடத் தன் சிறு வயசின் ஆசைகளின் சின்னமாக அதை வைத்திருந்தான் சோமு.

மனிதர்களுடைய நட்பு, மதிப்பு என்கிற விஷயங்களிலே சோமுவை மிகவும் அதிர்ஷ்டசாலி என்றுதான் கூறவேண்டும். பிச்சாண்டியைப் பிடித்துக் கொடுத்தவன் என்கிற ஞாபகம் வெகு நாட்கள் வரையில் சாத்தனூரில் இருந்தது. ஆனால் அதுகூட மறைந்துவிட்டது காலக்கிரமத்தில்.

ரங்கராயர் வீட்டு வேலைக்காரன், மிகவும் நம்பகமானவன் என்கிற மதிப்பு ரங்கராயர் இருந்தவரையில் நீடித்தது. ரங்கராயரோ அவனை வேலைக்காரனாக நடத்தவில்லை; நண்பனைப் போலதான் நடத்தினார்.

மிடில் ஸ்கூல் தலைமை உபாத்தியாயர் சுப்பிரமணிய ஐயருடைய பிள்ளை கிருஷ்ணசாமியும் சோமுவும் ஒரே வயதினர் - இணை பிரியாத தோழர்கள் ஆயினர். தன் நிலைமைக்கு அதிகமாகவே மதிப்பையும் பிறருடைய நட்பையும் பெற்ற சோமுவை அதிர்ஷ்டசாலி என்றுதான் சொல்ல வேண்டும்.

கங்காபாயினுடைய கல்யாணத்திற்குப் பிறகு ரங்கராயரின் காரியம் எதுவுமே சரிவர நடக்கவில்லை. கொஞ்சம் கொஞ்சமாக அவருடைய குடும்பம், தரம் இறங்கிக் கொண்டிருந்தது.

எதிலென்று செலவை மட்டுப்படுத்த முடியும்? எப்பொழுதும்போலச் செலவு ஆகிக் கொண்டுதான் இருந்தது. இருந்த தொல்லைகளெல்லாம் போதா என்று தாயாதி ஒருவன் ரங்கராயர் சுயமாகச் சம்பாதித்து வாங்கியிருந்த நிலங்கள்கூடப் பரம்பரையானவைதான் - அவற்றை இவர் தகப்பனார் உரியவர்களுக்குப் பங்கிட்டுக் கொடுக்காமல் ஏமாற்றி விட்டார் - அப்போது தான் மைனராக இருந்ததால் விசயம் தெரியவில்லை - ரங்கராயருக்கு உள்ள ஆஸ்திகளில் சரிபாதி தன்னுடையவை என்று வழக்குத் தொடர்ந்தான்.

கும்பகோணம் கோர்ட்டிலே வழக்கு இரண்டு வருடங்கள் நடந்தது. ஏதோ சந்தர்ப்ப, ஜாதக விசேசத்தால் ரங்கராயர் தோற்றுவிட்டார். மேல் கோர்ட்டில், தஞ்சைக் கோர்ட்டில் அப்பீல் செய்து கொண்டார்; ஜயித்தார்.

ஆனால் தாயாதி ஐக்கோர்ட்டில் அப்பீல் கொடுத்தான். ஜயிக்காமல் விடுவதில்லை என்று வீம்புடன் கட்சியாடினார் ரங்கராயர். கேஸ் ரங்கராயர் பக்கந்தான் தீர்ப்பாயிற்று. ஆனால் முடிவு காண்பதற்குள் ரங்கராயருடைய ஏராளமான ஆஸ்திகளில் பாதிக்கு மேல் கரைந்துவிட்டன. ரங்கராயருக்கோ, அவருடைய தாயாதிக்கோ இந்த விவகாரத்தால் இலாபம் சிறிதும் இல்லை. ஆனால் சோமுவுக்கு ஏராளமான இலாபம்.

தஞ்சைக்கும், பிறகு சென்னைக்கும் பல தடவைகள் ரங்கராயருடன் ரெயிலேறிப் போய் வந்தான் அவன். புது அனுபவங்கள் ஏராளமாக ஏற்பட்டன.

உலக அறிவு விசாலமாகிக் கொண்டிருந்தது அவனுக்கு. வழக்கு ஐக்கோர்ட்டில் விசாரணையில் இருந்தபோது சோனிபாய் இறந்துவிட்டாள். சோனிபாய் இறந்த இரண்டாவது வருடம் ரங்கராயரும் இறந்துவிட்டார்.

சோமு விரும்பியபடி அவனுக்குச் சாத்தனூர்க் கடைத் தெருவிலே ஒரு சிறிய கடை ஏற்பாடு செய்து தந்துவிட்டுப் போக வேண்டும் என்றுதான் அவர் எண்ணியிருந்தார். ஆனால் அது நடக்கவில்லை. அந்த உத்தேசத்தை அவர் கூடுமானவரையில் தள்ளிப் போட்டுவிட்டார்.

சோமுவைத் தம் வீட்டைவிட்டு வெளியே அனுமதிக்கவே அவருக்குக் கடைசிக் காலத்தில் விருப்பமில்லாது போய்விட்டது. சோமு எதிரில் இல்லாவிட்டால், அவருக்கு எதுவுமே ஓடாது. சதா, "சோமு, சோமு" என்று கூப்பிட்டுக் கொண்டே இருப்பார். பெற்ற பிள்ளை என்பார்களே, அதைப்போல இருந்தான் சோமு அவருக்கு.

ரங்கராயர் இறந்துவிட்ட செய்தி கேட்டுச் சாத்தனூர் வந்த சாம்பமூர்த்திராயர், வேலைக்குத் திரும்பிப்போக மனம் இல்லாமல், 'இந்த ஆஸ்தி போதும், அதைச் சரிவரக் கவனித்துக் கொண்டால் சௌகரியமாக வாழலாம்' என்று தீர்மானித்து வேலையை இராஜினாமாச் செய்துவிட்டுச் சாத்தனூரிலேயே தங்கி விட்டார். இதே சமயத்தில்தான் வள்ளியம்மைக்கும் உடம்புக்கு வந்துவிட்டது.

நாற்பத்தேழு நாள்கள் படுத்த படுக்கையாகவே கிடந்துவிட்டு வள்ளியம்மை யாருடனும் ஒரு வார்த்தைகூடப் பேசாமல் உயிர் துறந்தாள். அப்பொழுது அவளுக்கு வயசு நாற்பதுக்குள்தான் இருக்கும்.

வள்ளியம்மை படுத்த படுக்கையாக விழுந்த இருபத்தோராவது நாளிலிருந்து அவள் சுயநினைவில்லாதிருந்தாள். அவள் நன்றாக இருந்தபோதும், படுக்கையில் விழுந்து விட்டபோதும், சுயநினைவை இழந்துவிட்டபோதும், உதவி செய்வதற்கு அவளுடைய சிநேகிதி ஒருத்தி வீட்டுக்கு வந்து போய்க் கொண்டிருந்தாள். மேட்டுத் தெருவிலே பக்கத்து வீட்டுக்காரி; பாப்பாத்தி அம்மாள் என்று பெயர்.

பாப்பாத்தி அம்மாளுக்கு வயசு இருபத்திரண்டு இருபத்து மூன்று இருக்கும். சோமுவைவிட மூன்று நான்கு வயசு பெரியவள். ஒரு குழந்தை பெற்றெடுத்தவள் அவள். கணவன் குடிகாரன். மேட்டுத் தெருவிலே யார்தான் குடிகாரன் இல்லை? கூலிக்கு வண்டியோட்டிப் பிழைத்து வந்தான். பாப்பாத்தி அம்மாள் பார்க்க அழகாயிருப்பாள். எப்போதும் யாருடனும் சிரித்துச் சிரித்துப் பேசிக் கொண்டிருப்பாள்.

பாப்பாத்தியம்மாள் அவனை அடையத் திட்டம் போட்டாள். சாமர்த்தியசாலியான பெண்ணால் செய்து முடிக்க முடியாத காரியம் என்ன? நாளடைவிலே பாப்பாத்தியைப் போலவே இன்னும் நாலைந்து பேரும் சோமுவுக்குச் சிநேகிதமானார்கள். இந்த விசயமெல்லாம் கேள்விப்பட்டுத்தானோ என்னவோ, சாம்பமூர்த்திராயர் தம் பொறுப்பை உணர்ந்து, சோமு எப்படியானாலும் தம் குடும்பத்தைச் சேர்ந்தவன் என்பதற்காக அவனுக்குக் கல்யாணம் செய்து வைத்துவிட முற்பட்டார். குடியானத் தெருவிலிருந்து ஒரு முதலியார்ப் பெண்ணைப் பரிசம் பேசிக் கல்யாணம் செய்வித்தார்.

பெண் என்னவோ நல்ல பெண்தான். பார்ப்பதற்கும் சுமாராக இருந்தாள். பதினேழு வயசு நடந்து கொண்டிருந்தது. பரிசப் பணம் எல்லாம் தாமே கொடுத்து இருநூறு ரூபாய் வரையில் செலவு செய்து சோமுவுக்கு அவனுடைய இருபத்து நாலாவது வயசிலே கல்யாணம் செய்து வைத்தார் சாம்பமூர்த்தி ராயர்.

மேட்டுத் தெருவிலே, கறுப்ப முதலியும் வள்ளியம்மையும் குடித்தனம் நடத்திய அதே வீட்டில், சோமு முதலியும் அவன் மனைவி மீனாட்சியும் குடித்தனம் நடத்தத் தொடங்கினார்கள். ஒரு நாள் பாப்பாத்தியை வீட்டுக்கு அழைத்து வந்து அவளுடன் குலாவுவதைக் கண்ட பின் மீனாட்சிக்கு ஆத்திரம் பொங்கி வழிந்தது.

சோமு தன் வழியில் யாரும் குறுக்கிடுவதை விரும்பவில்லை - பொறுப்பதாகவும் இல்லை. போதாக்குறைக்குக் குடிக்கவும் தொடங்கி விட்டான். குடி வெறியிலே மீனாட்சியை காரணமில்லாமலே போட்டு அடித்து உதைத்து இம்சிப்பதும் தினசரிக் காரியம் ஆகிக் கொண்டிருந்தது.

'மனிதன் இப்படி மாறுவானா? அன்றிருந்த சோமு எப்படி, இன்றிருக்கும் சோமு எப்படி?' என்று எண்ணித் துயருற்ற கங்காபாயும் மனங் கலங்கினாள். சோமுவைக் கல்யாணம் செய்து கொண்டு ஒன்பது வருடங்கள் ஆனபிறகு ஒரு நாள் மீனாட்சி ஒரு பிள்ளையைப் பெற்று வைத்துவிட்டு, ஒன்பது வருடங்கள் அழுத சிரமமும், அதற்குப் பிறகு பிள்ளை பெற்ற சிரமும் தாங்காமல் இறந்துவிட்டாள்.

கணவனைப் பறிகொடுத்துவிட்டு விதவையாகி இருந்த பாப்பாத்தியம்மாளைத் தன் இளம் குழந்தையைப் பார்த்து

கொள்வதற்கு என்கிற சாக்கில், சோமு தன் வீட்டிலேயே சேர்த்துக் கொண்டுவிட்டான்.

சாத்தனூரிலே சோமுவின் ஆர்ப்பாட்டங்கள் அதிகரித்துக் கொண்டிருந்தன. இருபது வருடங்களுக்கு முன், "சோமு! சோமு!" என்று ஊரெல்லாம் புகழ்ந்தது. இப்பொழுதோ எல்லாரும் அவனைப் பற்றிக் கேலி செய்தார்கள். "தெரியாதா? கறுப்ப முதலி மகன் பின்னே எப்படி இருப்பான்?" என்று ஏளனம் செய்தார்கள்.

கங்காபாய்க்குக்கூட அவனிடம் அனுதாபம் இல்லாமல் போய்விட்டது. ஒருநாள் அவள் தன் கணவனிடம், "இனிமேல் அவனை நம்ப வீட்டுக்குள்ளே விடறதே சரியில்லை என்றுதான் தோன்றது," என்றாள்.

"ஏன்?" என்றார் சாம்பமூர்த்திராயர்.

"நேற்றுச் சாயங்காலம் அவன் குடித்துவிட்டு என்னைப் பார்த்த பார்வை இப்பொழுது நினைத்துப் பார்த்தால்கூட எனக்குப் பயமாக இருக்கிறது. அவனை இனிமேல் வீட்டிலே வைத்துக் கொள்வது சரியில்லை. நமக்கும் ஆபத்து, நம் குழந்தை குட்டிகளுக்கும் ஆபத்துத்தான்," என்றாள் கங்காபாய்.

இருபது வருடங்களில் அவள் இரண்டு ஆண் பிள்ளைகளுக்கும் ஒரு பெண் குழந்தைக்கும் தாயாகி இருந்தாள். மூத்த பிள்ளைக்கு வயசு பதினாறு பதினேழு இருக்கும்; இளைய பிள்ளைக்குப் பன்னிரண்டு; பெண்ணுக்கு வயசு ஏழு. இந்தக் குழந்தைகளின் தாய் என்கிற பொறுப்பை உணர்ந்து பேசினாள் கங்கா.

"நானும் அவனுடைய போக்கைப் பார்த்துக் கொண்டுதான் இருக்கிறேன். நன்றாகத்தான் இல்லை. ஆனால்

என்ன செய்யலாம் - கண்டித்துப் பிரயோசனம் இல்லையே!” என்றார் சாம்பமூர்த்திராயர். அவர் எப்பொழுதுமே சாது. தவிரவும் அவரால் எதையுமே அழுத்தமாகச் சொல்ல முடியாது. சோமுவிடம் அவருக்கு அனாவசியமான அனுதாபம் இருந்தது.

சோமுவுக்கு ஒரு கடை ஏற்பாடு செய்துதர முனைந்தார் சாம்பமூர்த்திராயர். வாடகைக்கு இடம் கிடைத்தால் போதாது என்று விலை கொடுத்தே கடைத் தெருவில் நல்ல கடை ஒன்று வாங்கிக் கொடுத்தார். ஆயிரத்தி இருநூறு ரூபாய் வரையில் முதல் போட்டுச் சாமான்கள் வாங்கிக் கொடுத்தார். முதலில் கொஞ்ச நாள் போட்டுப் புரட்ட என்று இருநூறு ரூபாய் கையில் பணம் கொடுத்தார்.

சுபயோக சுபமுகூர்த்தத்திலே சோமசுந்தர முதலியாருடைய மளிகைக் கடை, சாத்தனூர்க் கடைத் தெருவிலே திறக்கப்பட்டது. முதல் நாள் பூராவும் சாம்பமூர்த்திராயரே சோமுவுடன் இருந்து என்ன என்ன காரியங்களை எப்படி எப்படி நடத்த வேண்டும் என்று அவனுக்குச் சொல்லிக் கொடுத்தார்.

தனக்கென்று ஒரு கடை ஏற்பாடாகப் போகிறது என்று அறிந்த நாள் முதலே சோமு புதுமனிதன் ஆகிவிட்டான். கடை ஆரம்பிப்பதற்குப் பத்து நாட்கள் முன்னதாகவே கள்ளுக்கடைப் பக்கம் போவதை அவன் நிறுத்திவிட்டான். ஒரு கடையில் உட்கார்ந்து வியாபாரம் செய்ய வேண்டும் என்கிற ஆசை அடி நாட்களிலேயே சோமுவுக்கு ஏற்பட்டதுதான். எத்தனையோ வருடங்களுக்குப் பிறகு அந்த ஆசை, கனவு, இலட்சியம் பலித்திருந்தது. வியாபாரமும், வியாபாரத்தின் மூலம் சம்பாதிப்பது என்பதும் அவன் இலட்சியங்களாயின. தினத்தில் அறுபது நாழிகை நேரமும் இதேதான் சிந்தனை அவனுக்கு. மீண்டும் சாத்தனூர்வாசிகள் சோமுவைப் பற்றி மதிப்புடன் பேசத்

தொடங்கினார்கள். வியாபார தந்திரங்கள் பூராவும் சுலபத்திலேயே அவனுக்குப் படிந்தன.

கடை வைத்த நாலைந்து வருடங்களுக்குள்ளாகவே செட்டும் கட்டுமாக வியாபாரம் செய்து ஆயிரம் ரூபாய்க்கு மேல் இலாபம் கண்டுவிட்டான் சோமு.

அதற்குள் சோமுவினுடைய பையன் நடராஜனுக்கு வயசு ஐந்து நிறைந்துவிட்டது. ஒரு நல்ல நாள் பார்த்து மேளம் முதலியன கொட்டி, பையனுக்கு புது வேட்டி உடுத்தி, வாத்தியார் ஐயாவுக்கும் ஜோடி வேட்டி கொடுத்து, பள்ளிப் பையன்களுக்கெல்லாம் பொரி கடலை கை நிறையக் கொடுத்து, அவனைப் பள்ளிக்கூடத்தில் கொண்டு போய்ச் சேர்த்தான்.

'இராயர் வீட்டு வேலைக்காரனாக இருந்த பயல் - கையிலே ரெண்டு காசு சேர்ந்தவுடனே அட்டகாசம் பண்ண ஆரம்பித்து விடுகிறானே!' என்று எண்ணினார்கள் மற்றவர்கள்.

தங்களுடைய அபிப்பிராயங்களை ஒருவருக்கு ஒருவர் பரிமாறிக்கொண்டார்கள். ஆனால் "மளிகைக் கடைக்காரனுடன் சண்டை போட்டுக் கொள்ளுவானேன்? எப்பவாவது சமயத்தில், கையில் பணமில்லாத போது சாமான்கள் கேட்டால் கொடுப்பான். அதைக் கெடுத்துக் கொள்வானேன்?" என்றுதான் எல்லோரும் நினைத்தார்கள். தவிரவும் சாத்தனூரிலே சோமுவினுடையதுதான் பெரிய மளிகைக் கடை.

கும்பகோணம் போய் ரெயிலேறாத சாத்தனூர்வாசிகள், கிழக்கேயோ மேற்கேயோ இருந்த ஒரு ஸ்டேஷனில்தான் போய் ரெயிலேறுவார்கள். ரெயில் நாகரிகம் முன்னைக்கு இப்போது பரவிவிட்டது. சாத்தனூர்வாசிகளிலே ரெயில் ஏறி

அறியாதவர்கள் யாருமே இல்லை இந்த நாட்களில் என்று சொல்வது அப்படி ஒன்றும் மிகைப்படுத்திச் சொல்வது ஆகாது.

தங்களுக்கென்று தனியாக ஒரு ஸ்டேஷன் இல்லாதது பெரிய அகௌரவம் என்று சாத்தனூர்வாசிகள் உணர ஆரம்பித்துப் பல வருடங்கள் ஆகிவிட்டன. அந்த அகௌரவத்தைப் போக்குவதற்குச் சிறந்த வழி என்ன என்று பிரமுகர்கள் பல நாள்கள் சிந்தித்துப் பார்த்தார்கள். இந்தச் சிந்தனைகளின் பலனாக ரெயில்வேக் கம்பெனிக்கு ஒரு புகார் மனு அனுப்பப்பட்டது.

கோயில் தெற்குச் சந்நிதிக்கு நேர் எதிரே மண் ரஸ்தாவும் ரெயில் பாதையும் சந்திக்கும் இடத்திலே சாத்தனூர் என்கிற பெயருடன் ஒரு ரெயில்வே ஸ்டேஷன் நிர்மாணமாக வேண்டும் என்று கம்பெனியாருக்கு புகார் மனு அனுப்பினார்கள் சாத்தனூர்ப் பிரமுகர்கள்.

கும்பகோணத்திலிருந்து திருவையாறு போகும் ரஸ்தாவிலே சாத்தனூர்தான் பெரிய ஊர். ஐயாயிரம் ஆறாயிரம் வீடுகள் - அவற்றில் பல வெறும் குச்சுகள்தாம்; பல இடிந்து விழுந்து கொண்டிருந்தன. இருபது இருபத்தைந்து வருடங்களாகப் பூட்டித்தான் கிடக்கின்றன. பதினாயிரத்துக்குமேல் ஜனத் தொகை உண்டு.

ஊரிலே யூனியன் பஞ்சாயத்து ஆங்கில அதிகாரத்தின் சட்டதிட்டங்களுக்கெல்லாம் உட்பட்டு ஆட்சி செலுத்தியது. முப்பது முப்பத்தைந்து வருடங்களுக்கு அதிகமாகவே தபாலாபீஸ் இருந்தது. அதற்கும் முந்திய காலத்திலிருந்தே சப் ரிஜிஸ்டிரார் ஆபீஸ் இருந்து வந்திருக்கிறது. லோக்கல் பண்டு ஆஸ்பத்திரி, ஜில்லா போர்டு மிடில் ஸ்கூல், பாடல் பெற்ற கோயில் - ரகத்துக்கு ஒன்று இருந்தது.

பணம் மிகுந்த மிராசுதார்களுக்கும், அவர்களைப் பின்தொடர்ந்து வரும் கோர்ட்டு விவகாரங்களுக்கும் எந்தக் காலத்திலுமே சாத்தனூரில் பஞ்சம் இருந்ததில்லை. சாத்தனூர் வெற்றிலை பிரசித்தமானது. கல்கத்தா வரையில் போய்க் கொண்டிருந்தது. சாத்தனூர்த் துணிகளுக்கு நாடெங்கும் கிராக்கியுண்டு. ஊரிலே மற்ற எல்லாம் இருந்தன. ரெயில்வே ஸ்டேஷன் ஒன்று இல்லாததுதான் பெருங்குறை என்று புகார் மனுவில் எழுதப்பட்டிருந்தது.

அந்த புகார் மனுவிலே கையெழுத்திட்டிருந்தார்கள் சாத்தனூர்ப் பிரமுகர்கள் எல்லோரும். இருபது இருபத்தைந்து பிரமுகர்களுடைய கையொப்பங்கள் அந்த மகஜரிலே இருந்தன. கடைசிக் கையெழுத்து சோமசுந்தர முதலியார், மளிகை மொர்ச்செண்டு என்று ஆங்கிலத்திலே போட்டிருந்தது.

சோமு என்கிற மேட்டுத் தெருப் பையன் ரங்கராயருடைய குதிரை வண்டிப் படியிலே நின்று கொண்டு சேவகம் செய்த சோமு, குடித்துவிட்டுப் பெண்களைத் துரத்தி ஊரிலே அட்டகாசம் செய்த சோமு - அந்தப் பருவங்களெல்லாம் தாண்டி இப்பொழுது ஊர்ப் பிரமுகர்களிலே ஒருவனாகிவிட்டான் என்பதற்கு இதை விடச் சிறந்த அத்தாட்சி வேறு என்ன வேண்டும்?

இனிமேல் 'மளிகை மொர்ச்செண்டு' சோமசுந்தர முதலியார் அவர்களைச் சோமு சோமு என்று சொல்லிக் கொண்டிருப்பதுகூடத் தப்புத்தான் அல்லவா?

புகார் மனு கிளம்பிய ஏழெட்டு மாசங்களுக்குள்ளாகவே சாத்தனூர் ஸ்டேஷன் தோன்றிவிட்டது. ஸ்டேஷன் என்று ஒரு ஷெட்டுப் போட்டு, சிவப்புக் கொடி காட்ட ஒருவரை அங்கு நிறுத்தி, முதல் ரெயில் அங்கே நின்றபோது, அந்தக் காட்சியைக்

காண்பதற்கு ஊர் பூராவுமே திரண்டு வந்திருந்தது என்று சொன்னால் அதில் ஆச்சரியப்பட ஒன்றுமில்லை.

ரெயில் போனபிறகு சாத்தனூர் ஸ்டேஷனிலே உற்சாகமாகப் பிரசங்கம் செய்தவர்களிலே மளிகை மர்ச்செண்டு சோமசுந்தர முதலியாரும் ஒருவர். சாத்தனூர் ஸ்டேஷன் நிர்மாணமாகிவிட்டது என்று திருப்தி அடைந்து அத்துடன் நின்றுவிடக் கூடாது என்றும், வண்டிகள் போக்குவரத்துக்கு வசதியாக அரிசிலாறு, காவேரியாறு இரண்டுக்கும் பாலம் கட்டச் சொல்லிச் சர்க்காரையும் ஜில்லா போர்டையும் நிர்ப்பந்திக்க வேண்டும் என்றும், சுருக்கமாகவும் தெளிவாகவும் சொன்னார் சோமசுந்தர முதலியார்.

சோமசுந்தர முதலியாருக்கு அதிர்ஷ்டம் இருந்தது என்று சொல்வதா, சாமர்த்தியம் இருந்தது என்று சொல்வதா, இரண்டுமே பரிபூரணமாக இருந்தன என்று சொல்வதா?

எல்லாவற்றையும் மறந்துவிட்டுக் 'கருமமே கண்ணாக' என்பார்களே, அதுபோல உழைப்பதிலே அவருக்கு ஈடு சாத்தனூரிலே யாரும் இருந்ததில்லை என்றுதான் சொல்ல வேண்டும்.

தாம் விரும்பி ஈடுபட்ட துறையிலே தம்மால் செய்து முடிக்க முடியாத காரியம் எதுவுமே இல்லை, இருக்க முடியாது என்கிற நம்பிக்கையுடன் ஈடுபட்டார் சோமசுந்தர முதலியார். அவருடைய வெற்றிக்கு முக்கிய காரணம் இந்தத் தன்னம்பிக்கைதான் என்று சொல்வது முற்றும் தவறாகிவிடாது. அவர் கை பட்டதெல்லாம் கண்ணாடியாகத் துலங்கின.

ஒரு சிறிய மளிகைக் கடையை வைத்துக் கொண்டு அவர் எப்படியோ ஐயாயிரம் ரூபாய் சேர்த்து விட்டார் என்று ஊரார்

பேசிக் கொண்டார்கள். சாத்தனூர்த் தபாலாபீஸ் சேவிங்ஸ் பாங்கியிலே ஐயாயிரம் ரூபாய் சேர்த்துப் போட்டிருந்தார் என்கிற செய்தி ஊரிலே பரவிற்று. இந்த இரகசியம் பரவ ஆரம்பித்தது தபாலாபீசிலிருந்துதான் என்று அறிந்தவர்கள் இது உண்மையாகவே இருக்கும் என்றும் நம்பினார்கள்.

பணம் என்கிற எல்லையற்ற லட்சியத்தை உத்தேசிக்கையில் சாத்தனூர்க் கடைத்தெருவும், அதிலே சோமசுந்தர முதலியாருடைய மளிகைக்கடையும் மிகவும் சிறிய சாதனங்களாகவே தோன்றுகின்றன. முதலியாருக்கும் இப்படித்தான் தோன்றின போலும்! இன்னும் பெரிய இலாபகரமான சாதனங்களைத் தேடினார் அவர். கும்பகோணத்துப் பாங்கியிலும் தபாலாபீசிலும் போட்டு வைத்திருந்த பணத்தில் பாதிக்கு மேல் வாங்கி முதலாகப் போட்டுக் கும்பகோணம் மடத் தெருவிலே ஒரு மளிகைக் கடை வைக்க ஏற்பாடு செய்தார்.

சற்றுத் தடபுடலாகவே ஆரம்பிக்கப்பட்டது அந்தக் கடை. விளம்பர சாதனங்கள் எதையும் விட்டுவிடாமல் உபயோகப்படுத்திக் கொண்டார். புதுக்கடையிலே வியாபாரம் நன்றாகவே நடந்தது.

சோமசுந்தர முதலியாரை இந்த ஒரு விசயத்தில் அதிர்ஷ்டசாலி என்றுதான் சொல்ல வேண்டும். அவருக்குப் பிறரைப் பற்றி எண்ணிச் சிந்திக்கிற சுபாவமே இல்லை. தம் வசம் ஆனவர் அவர். சோமசுந்தர முதலியாருக்கு இருபத்து நாலு மணி நேரமும் சோமசுந்தர முதலியாரைத் தவிர வேறு நினைப்பே கிடையாது அவருடைய கவலைகள், சாம்பாத்தியம், பிரச்னைகள் எல்லாம் அவருடையவைதாம். தம் காரியத்தை, தம் இலாபத்தைக் கணக்கிடுவதிலேயே ஈடுபட்டிருந்தார் அவர்.

சாத்தனூரிலே சின்ன மளிகைக் கடை, கும்பகோணம் மடத்தெருவிலே பெரிய மளிகைக் கடை இரண்டும் தினம்

பன்னிரண்டு மணி நேரம் ஓயாமல் ஒழியாமல் வியாபாரம் செய்தன. இரண்டு கடைகளிலுமாகச் சேர்ந்து சோமசுந்தர முதலியாருக்கு, தினத்தில் ஐந்தாறு மணி நேரத்துக்குத்தான் வேலை இருந்தது. மற்றச் சில்லறை விவகாரங்களை எல்லாம் தக்கபடி கவனித்துக் கொள்ளத் தக்க ஆட்களைப் பொறுக்கிப் போட்டிருந்தார். எல்லாக் காரியங்களும் திருப்திகரமாக நடந்து வந்தன.

தினம் இரண்டு மூன்று மணி நேரம் படிப்பதற்கென்று செலவிட்டு வந்தார் அவர். ஆங்கில போதினிகளைப் பார்க்கும் காலம் தாண்டிவிட்டது. ஓரளவு ஆங்கிலம் எழுதவும் படிக்கவும் தடங்கலில்லாமல் பேசவும் தாமாகவே கற்றுக் கொண்டு விட்டார். சென்னைக்குப் போகும்போதெல்லாம் ஏதாவது புத்தகங்களை வாங்கிக் கொண்டு வந்து வீட்டிலே அடுக்கிக் கொண்டிருந்தார்.

அந்த வீட்டிலே பாப்பாத்தி அம்மாள்தான் இன்னமும் ஆட்சிச் செலுத்திக் கொண்டிருந்தாள். ஆனால் அவளுக்கு இப்பொழுது வயசாகி விட்டது.

அவருடைய பிள்ளை நடராஜன் இதற்குள் சாத்தனூர் மிடில் ஸ்கூல் படிப்பை முடித்துவிட்டான். அவனுக்கு ஒரு சைக்கிள் வாங்கிக் கொடுத்துக் கும்பகோணத்து உயர்தரப் பள்ளியிலே எட்டாவது வகுப்பிலே கொண்டு போய்ச் சேர்த்தார். ஒரு காரியம் கூட செய்யப் பழகாமல், படிப்பிலேகூட எவ்வித ஆர்வமும் இன்றிப் பணக்காரன் வீட்டுப் பிள்ளையாக வளர்ந்து நடராசன் பெரியவனாகிக் கொண்டிருந்தான்.

'மளிகை மர்ச்செண்டு' சோமசுந்தர முதலியார் பிரபலமாகிக் கொண்டிருந்த காலத்திலே, அதாவது சாத்தனூர் ரெயில்வே ஸ்டேஷன் என்று ஒன்று நிர்மாணமான பிறகு நான்காவது நாளோ ஐந்தாவது நாளோ, சாத்தனூர் ஸ்டேஷனிலே வந்து

இறங்கியவர்களில் கோவிந்தப் பிள்ளையும் அவருடைய கிழத் தகப்பனாரும் இருந்தார்கள். கிழவருக்கு வயசு அறுபதுக்கு மேலேயே இருக்கும். பிள்ளைக்கு வயசு முப்பது முப்பத்தைந்துக்குக் குறையாது.

கிழவர் வெகு நாள்களுக்கு முன் சாத்தனூர்க் கிராமத்தை விட்டு ஏதோ காரணமாக வெளியேறி அக்கரைச் சீமைக்குப் போய் என்னவெல்லாமோ தொழில்கள் செய்து ஏதோ சொல்பம் சம்பாதித்துக் கொண்டு திரும்பியிருந்தார். அவருடைய பிள்ளைகூட அக்கரைச் சீமையிலே பிறந்தவன்தான். அவன் இந்தப் பக்கமெல்லாம் முன்னர் வந்ததே இல்லை. சாத்தனூர் பிள்ளைமார் தெருவில் பழைய வீடு வாங்கி மராமத்து செய்து குடி வருகின்றனர் கிழவரும் மகனும். கிழவருடைய பெயர் இன்னதென்றுகூட ஊரிலே யாருக்கும் தெரியாது. வீட்டுப் பத்திரம் கோவிந்தப் பிள்ளை பெயரில்தான் ரிஜிஸ்தர் ஆயிற்று. கிழவரைப் பற்றிப் பேசுவதானால் ஊரார் 'அக்கரைக் கிழவர்' என்பார்கள்.

இரண்டு வருடங்களுக்குள் சாத்தனூர் கிராமத்தைச் சேர்ந்த நல்ல நன்செய்யில் பத்து வேலி நிலம் தம் பிள்ளை பெயரில் வாங்கி வைத்துவிட்டுக் கிழவர் திடீரென்று ஒரு நாள் தம் வாழ்க்கை இலட்சியம் நிறைவேறிவிட்டது என்று உணர்ந்தவர்போல் மரணமடைந்தார்.

அக்கரைக் கிழவரையும் அவர் பிள்ளையையும் பற்றிச் சோமசுந்தர முதலியாரும் கேள்விப்பட்டிருந்தார். இரண்டொரு தரம் பார்த்தும் இருந்தார். இரண்டொரு வார்த்தைகள் பேசியும் இருப்பார். ஆனால் கோவிந்தப் பிள்ளையுடன் நெருங்கிப் பழகும் சந்தர்ப்பம் அவர் அப்பா இறக்கும் வரையில் முதலியாருக்குக் கிடைக்கவில்லை.

துக்கம் விசாரிக்கப்போய் இரண்டு வார்த்தைகள் வழக்கமான அனுதாபம் சொல்லும் முன்னரே கோவிந்தப் பிள்ளையும் சோமசுந்தர முதலியாரும் நண்பர்களாகி விட்டார்கள் என்று சொல்வது மிகையாகாது.

அதற்குப் பிறகு அவர்கள் இருவரும் அடிக்கடி சந்தித்துத் தங்கள் நட்பை வளர்த்துக் கொண்டார்கள். அதுவரையில் தம்மைப் பற்றியோ தம் தகப்பனார்க் கிழவரைப் பற்றியோ சாத்தனூரிலே யாரிடமும் எதுவும் வாய் திறந்து சொல்லியறியாத கோவிந்தப் பிள்ளை, சோமு முதலியாரிடம் மனம்விட்டுப் பேசினார்.

இது எப்படி நேர்ந்தது என்று இருவருக்குமே தெரியாது. இரண்டொரு வார்த்தைகள் மட்டுமே சொல்வது என்று ஆரம்பித்த பிள்ளை, தன் தகப்பனாரைப் பற்றித் தமக்குத் தெரிந்ததை எல்லாம் சொல்லிவிட்டார்.

கோவிந்தப் பிள்ளை சொன்னதை எல்லாம் கேட்ட பிறகு சோமு முதலியாருக்கு ஒரு சந்தேகம் தட்டியது! ஆனால் கிழவர் இறந்துவிட்டார். முதலியாரின் சந்தேகத்தைத் தீர்க்க யாரும் இல்லை என்பதனால் அந்தச் சந்தேகத்தை வாய் திறந்து வெளியிடவில்லை அவர். அவருடைய தாய் வள்ளியம்மையைத் தொட்டுத் தாலி கட்டிய கணவன் பல வருடங்களுக்கு முன் அக்கரைச் சீமைக்கு ஓடிப் போனான் என்று அவர் பிறர் வாயிலாகக் கேட்டிருந்தார்.

கோவிந்தப் பிள்ளையின் தகப்பனார் ஓடிப் போன அந்தக் கணவனாக இருக்கலாமோ என்கிற சந்தேகம் எழுந்தது சோமுவுக்கு. ஆனால் அந்தச் சந்தேகம் இனித் தீர வழியில்லை. யாருக்கு ஞாபகம் இருக்கப் போகிறது இப்பொழுது அந்த

விசயமெல்லாம்? 'வள்ளியம்மையின் கணவன் - ஓடிப்போனவன் வயசு இன்று இருந்தானானால் கிழவருடைய வயசுதான் இருக்கும் கிட்டத்தட்ட' என்று எண்ணினார் சோமு முதலியார்.

ஆனால் வீணாகச் சந்தேகத்தைக் கிளப்பி எல்லோருடைய மனசையும் குழப்புவானேன் என்று சும்மா இருந்துவிட்டார்.

ஊர்க்காரர்களிலே, ஊர்ப் பணக்காரர்கள் என்று பெயர் வாங்கியவர்களிலே, முதல் முதலாகத் தம்மை அணுகி நட்புப் பாராட்டியவர் சோமசுந்தர முதலியார் என்று அவரிடம் நன்றி கொண்டார் அக்கரைப் பிள்ளை. அந்த நன்றி நாளடைவில் பழகப்பழக, முதலியாரின் குணாதிசயங்களாலும் வேறு பல காரணங்களாலும், பொதுவாக இருந்த சில ஈடுபாடுகளாலும், படிப்பு, அறிவு முதலிய விசயங்களிலே ஒரே தரத்தவர்கள் என்பதனாலும், நட்பாக முதிர்ந்தது. கோவிந்தப் பிள்ளையைச் சரிசமானமாக நடத்தியது மட்டும் அல்ல அவரிடமிருந்து சில விசயங்கள் கற்றுக் கொண்டவர் போலவும் நடந்து கொண்டார் சோமசுந்தர முதலியார்.

கோவிந்தப் பிள்ளை நிலம் வாங்குவதை நிறுத்திவிட்டார். சென்னைக்குப் போய் நிறையக் காசு கொடுத்துப் 'பளபள'வென்று புது வர்ண மேனியுடன் கண்ணைப் பறித்த, புது பஸ் வண்டிகள் இரண்டு வாங்கிக் கொண்டு வந்து கும்பகோணத்துக்கும் தஞ்சைக்கும் இடையே ரெயிலுக்குப் போட்டியாக ஓட்டிப் பொருளீட்டினார்.

கோவிந்தப் பிள்ளையின் பஸ் வண்டிகளுக்குப் போட்டியாக வேறு பலரும் அதே மார்க்கத்தில் பஸ் ஓட்ட ஆரம்பிக்கவே கால் மணிக்கு ஒரு பஸ் என்கிற கணக்கிலே போய்க்கொண்டிருந்தன.

பணமே தெய்வம் என்று எண்ணி வாழ்ந்து கொண்டிருந்த சோமசுந்தர முதலியாருக்கு இதை ஒட்டி ஒரு புது யோசனை உதயமாயிற்று. சாத்தனூருக்கும் கும்பகோணத்துக்கும் இடையே தினம் போய் வந்தவர்கள் ஐம்பது அறுபது பேர்களாவது இருக்கும்.

கிருத்திகை, செவ்வாய்க் கிழமைகளில் ஆயிரக்கணக்கான வெளியூர்வாசிகள் வந்து போனார்கள். ஒரு பஸ் வாங்கிப் போட்டு அதைக் கும்பகோணத்துக்கும் சாத்தனூருக்கும் இடையே சாதாரண நாட்களில் தினம் இரண்டு தடவைகளும், விசேச நாட்களில் ஏழெட்டுத் தடவைகளும் ஓட்டலாமே, இலாபம் வராதா என்று எண்ணினார். தாமாகவே ஏற்பாடு செய்யலாமே என்றுகூட முதலில் எண்ணினார். பிறகு கோவிந்தப் பிள்ளையைக் கேட்காமல் செய்வது நட்புத் துரோகமாகும் என்றும், அவருடைய அனுபவம் இருந்தால்தான் புதுத்துறையிலே இலாபம் அடைய முடியும் என்றும் தீர்மானித்து அவரிடம் கூறினார்.

சோமசுந்தர முதலியாரையும் கூட்டாக ஏற்றுக் கொண்டு கோவிந்தப் பிள்ளை கும்பகோணத்துக்கும் திருவையாறுக்கும் இடையே பஸ் வண்டிகள் ஓட்டுவதற்கு ஏற்பாடு செய்தார்.

இடையிலே வேறு ஒரு காரியம் அதுவும் நல்ல தரமான காரியம்தான் சோமசுந்தர முதலியாருடைய மனசைக் கவர்ந்தது. தன் மனசைக் கவரும் எந்த விசயத்திலுமே அவர் எப்பொழுதும் பரிபூரணமாக ஈடுபட்டுவிடுவார். இந்தப் பஸ் காரியங்கள் தம் ஈடுபாட்டுக்குக் குறுக்கே நிற்கின்றன என்று அறிந்த சோமு முதலியார் விலகிக் கொள்ள விரும்பினார்.

கோவிந்தப் பிள்ளைக்கும் இனிமேல் பஸ் வண்டிகள் இலாபகரமாக இரா என்று பல காரணங்களால் தோன்றிடவே, தம்முடைய பஸ் வண்டிகளையும் விற்று விட்டார். கூட்டு சர்வீசும் கலைக்கப்பட்டது. ஏராளமான இலாபம் கிடைத்திருந்தது போக, பஸ் வண்டிகளும் ஏதோ விலைக்குப் போயின.

சோமசுந்தர முதலியாருடைய மனசைக் கவர்ந்த புது விசயம் இன்சூரன்ஸ் விசயந்தான். 1932-ஆம் வருட ஆரம்பத்திலே அவர் ஓர் இன்சூரன்ஸ் கம்பெனியின் ஏஜெண்டானார். திடீரென்று ஒரு நாள் கும்பகோணத்துக் கடையிலும் சாத்தனூர்க் கடையிலும் நீல வர்ணம் தீட்டிய போர்டுகள் தொங்கின. அவற்றிலே கறுப்பு எழுத்துக்களால் ஒரு கம்பெனியின் பெயரும் அதன் கீழே 'சோமசுந்தர முதலியார், ஏஜெண்டு' என்றும் எழுதப்பட்டிருந்தன.

இன்சூரன்ஸ் கம்பெனிகளைப் பற்றித் தமிழர்கள் எல்லாருமே கேள்விப்பட்டு அயர்ந்து அலுத்துப் போயிருந்த காலம் அது. தமிழ்நாட்டின் அந்தக் காலத்திய ஒரே ஹாஸ்யப் பத்திரிகையிலே உள்ள ஒன்பது கதைகளில் ஏழு, இன்சூரன்ஸ் ஏஜெண்டுகளைப் பற்றித்தான் இருக்கும் - மாத மாதம் வரும் நூறு துணுக்குகளில் தொண்ணூற்றொன்பது ஹாஸ்யமாக இரா - ஆனால் இன்சூரன்ஸ் ஏஜெண்டுகளைப் பற்றித்தான் இருக்கும்.

ஆனால் பணம் பண்ணுவதற்குத் தூண்டிய அவருடைய அந்தராத்மா, 'இன்சூரன்ஸ் ஏஜெண்டாகிவிடு' என்று அவரை, அவருடைய அறிவையும் மீறியே, தூண்டிற்று. தம்முடைய அந்தராத்மா தூண்டிய காரியம் எதுவும் சோடை போனதில்லை என்று அறிந்திருந்தார் அவர்.

பொய்த் தேவு

இன்சூரன்ஸ் விசயமாகச் சிந்தித்துக் கொண்டிருந்த அவர், கம்பெனியின் புது மானேஜரைப் போய்ப் பார்ப்பது என்று தீர்மானித்தார். பார்த்துப் பேசிவிட்டு வந்தார்.

இரண்டு வருடங்களுக்குள் சின்னதும் பெரியதுமாக எல்லாப் பாலிசிகளும் சேர்ந்து ஐந்தாறு லட்ச ரூபாய்க்கு மேல் 'பிசினஸ்' செய்தாகிவிட்டது.

தஞ்சை ஜில்லாவுக்குத் தம்மைத் தனி ஆர்கனைசராகப் போட்டு மாதச் சம்பளமும் தவிர ஜில்லாவிலே நடக்கிற பிசினெசுக்கெல்லாம் கமிசனும் மானேஜர் தெரிவித்திருந்தபடி தர வேண்டும் என்று கேட்டார்.

தாம் கேட்ட எந்த விசயத்திலும் சோமு முதலியார் ஏமாந்து தோல்வியடைந்துவிடவில்லை. தம் திறமையை நன்குணர்ந்து, தம் பேச்சு வன்மையை நன்கு உபயோகித்து, இன்சூரன்ஸ் ஏஜெண்டுச் சரக்கை இன்சூரன்ஸ் கம்பெனியிடமே காட்டி வெற்றியுடனும் ஒரு சிறிய புது 'பேபி ஆஸ்டின்' காருடனும் சாத்தனூர் திரும்பினார் சோமசுந்தர முதலியார்.

சாத்தனூர் வாசிகளிலே முதல் முதலில் கார் வைத்துக் கொள்ள ஆரம்பித்தது சோமசுந்தர முதலியார்தாம். அவரைப் பார்த்து மற்ற பணக்காரர்கள் எல்லாம் கார் வாங்கினார்கள்! கால் நடையாக நடக்கும்போதே பணம் எங்கே எங்கே என்று சுறுசுறுப்பாக நடந்து போகக்கூடிய சுபாவம் படைத்த சோமசுந்தர முதலியார் காரிலும் ஏறிக் கொண்டு தஞ்சை ஜில்லா பூராவிலுமே பணம் தேடிப் புறப்பட்டுவிட்டார் என்றால் கேட்கவா வேண்டும்!

எந்த ஊரானாலும் மளிகை வியாபாரம் மிகவும் அவசியமான வியாபாரம். மளிகைச் சரக்குகள் இல்லாமல் யாரும் வாழ முடியாது. மனிதர்கள் வாங்கியே தீர வேண்டும். நாணயமாக

நல்ல சரக்குகள் போட்டுச் சற்று முன் ஜாக்கிரதையுடன் வாங்கி நஷ்டம் வராமல் பார்த்துக் கொண்டு வந்தால் ஏராளமான பணம் சேரும். ஆயுட்காலம் பூராவுமே சுகமாகக் கழித்துவிடலாம். 'எது எப்படியானால் என்ன? நான் மளிகை வியாபாரம் செய்யப் பிறந்தவன் என்று எனக்குத் தோன்றுகிறது. மிராசுதாரர்களாக இருக்கப் பிறந்தவர்கள் பலர் இருக்கத்தான் இருப்பார்கள். அவர்கள் மிராசுதார்களாக இருக்கட்டும். எனக்கு ஆட்சேபம் இல்லை,' என்று தமக்குள்ளேயே சொல்லிக் கொண்டார் சோமசுந்தர முதலியார்.

தம் பையனைப் பற்றி அவருக்கு அப்பொழுதே கவலைகள் தோன்றத் தொடங்கிவிட்டன. அவன் அந்த வருடந்தான் பத்தாவது வகுப்புக்குப் பரீட்சைக்குப் பணம் கட்டிப் போய்விட்டுத் தேர்ச்சிப் பெறவில்லை. இரண்டாவது வருடமும் பள்ளியிலே சேர்ந்து படித்துக் கொண்டிருந்தான். தம்முடைய ஆரம்ப நாள்களையும் தம் மகனுடைய ஆரம்ப நாள்களையும் பற்றி எண்ணி இரண்டுக்கும் இருந்த வித்தியாசத்தைக் கவனிக்காது இருக்க அவரால் முடியவில்லை.

வியாபாரத் துறைகளிலே எதிலும் ஏராளமான பணம் போட்டு வேலை செய்து பொருளீட்ட அவருக்குத் துணிவு இருந்தது. அந்தப் பணத்தைப் போட்டுச் சாசுவதம் என்று சொல்லக் கூடியதாக ஓர் ஆஸ்தி, நிலம் வாங்க ஏற்பாடு செய்ய அவருக்குத் துணிவு இல்லை. அவருக்கு நம்பிக்கை நிலத்திலே இல்லை. கண்ணால் கண்டு விரலால் எண்ணுகிற பணமும், எடுத்துக் கையாளக்கூடிய பொருளுமே நிலத்தையும் விடச் சிறந்தவனாக அவருக்குத் தோன்றின.

சோமு முதலியார் நாகரிக புருசர்; அதாவது நகரத்து மனப்பாங்கு பெற்றவர். சென்னை மாநகரமும் அதற்கு

அடுத்தபடியாகக் கும்பகோணம் என்கிற சிறு நகரும் அவரை ஆசை காட்டி அழைத்தன.

இந்தியாவிலேயே இருந்த பம்பாய், கல்கத்தா, டெல்லி போன்ற மற்ற நகரங்களையும், உலகிலே சிறந்தவை பெரியவை என்று எல்லாரும் போற்றிய இலண்டன், பாரிஸ், நியூயார்க் போன்ற நகரங்களையும் பார்க்க வேண்டும் - அவற்றிலே இருந்து வாழ்ந்து ஐக்கியப்பட வேண்டும் என்று அவர் சில சமயம் ஆசைப்பட்டதுண்டு.

ஆனால் இது தெளிவாக உருவாகாத ஆசை. இந்த ஆசை உருப்பெற்றுப் பலப்பட்டதேயானால் அந்த வினாடியே ஊர் சுற்ற உலகம் சுற்றக் கிளம்பிவிடுவார் முதலியார். அவரை யாரால் தடுக்க முடியும்? சாத்தனூர்க் கிராமம் அவரைப் 'போ, போ' என்று விரட்டுவதுபோலத்தான் இருந்தது. சாத்தனூர்க் கிராமத்திலே எந்த அம்சமும் அவர் மனசிலே பதிந்து அழைத்துப் பிணைக்கவில்லை.

சாத்தனூரிலே தம் அடிமைத்தனத்தை நிலைநிறுத்திக் கொண்டு நிலம் வாங்கி மிராசுதாரராகக் காலங்கழிக்க அவர் விரும்பவில்லை. மேட்டுத் தெருவை விட்டுக் கிளம்பிவிட அவர் திட்டம் போட்டுக் கொண்டிருந்தார். ஒரு வருடத்திற்குள் பங்களா கட்டிக் கொண்டு கிருகப்பிரவேசம் செய்து கும்பகோணத்துக்குக் குடிபோய்விடுவது என்று உத்தேசித்திருந்தார் அவர்.

சென்னைக்கு அடிக்கடி வியாபார விசயமாகப் போய் வந்து கொண்டிருந்த சோமசுந்தர முதலியாருக்கு அங்கே மாணிக்கம் செட்டியார் என்று ஒருவர் பழக்கமானார். சாத்தனூரிலே சோமு முதலியாருடன் மூன்று நாட்கள் தங்கினார் அவர். சாத்தனூரிலே வந்து சோமு முதலியாருடைய விருந்தாளியாகத் தங்கிய இரண்டாம் நாள் மாணிக்கம் செட்டியார் கோயிலுக்குப் போகக்

கிளம்பினார். "நீங்களும் வர்றீங்களா ஐயா! கோயிலுக்குப் போயிச் சாமி கும்பிட்டுட்டு அர்ச்சனை பண்ணிக்கிட்டு வரலாம்" என்று சோமு முதலியாரைக் கூப்பிட்டார்.

சோமு முதலியார், "எனக்கென்னவோ கும்பிடணும், அர்ச்சனை செய்யணும்னா நாம்ப எல்லாரும் நம்ம பணப்பெட்டிக்கும் பாங்கிப் புத்தகத்துக்குந்தான் அதெல்லாம் செய்யலாமே தவிரக் கோயிலுக்குப் போகக்கூடாதுன்னு தோணுது. உலகத்திலே வேறே ஏது சார் தெய்வம்? பணம் என்கிற ஒன்றுதான் தெய்வம் - கண்ணாலே காணுகிற தெய்வம். வேறு தெய்வம் உண்டென்று சொல்கிறவர்கள் பொய் சொல்கிறார்கள் - அசடர்கள், பைத்தியக்காரர்கள். உண்மைத் தெய்வத்தை மறைப்பதற்காகப் **பொய்த் தெய்வங்களை** உண்டாக்கிப் பூசை செய்யத் தொடங்கி விடுகிறார்கள்," என்றார்.

சோமசுந்தர முதலியார் சொன்ன வார்த்தைகள் விளையாட்டாகச் சொன்ன வார்த்தைகள் அல்ல. அவர் உண்மையில் பணம் ஒன்றுதான் உலகிலே உள்ள தெய்வம் என்கிற கொள்கையைக் கடைப்பிடித்து ஒழுகியவர். இரவும் பகலும், கனவிலும் நனவிலும், பணம் என்கிற தெய்வத்தையே வழிபாடு செய்து கொண்டிருந்தார் அவர். பணத்துக்குப் போட்டியாக வேறு பொய்த் தெய்வங்களைச் சிருஷ்டித்து கொண்டு மனிதர்கள் கஷ்டப்படுகிறார்கள் என்று எண்ணிப் பிறர் பொருட்டுச் சில சமயம் வருந்தவும் ஆரம்பித்து விடுவார்.

புத்ததேவன் மாதிரி, ஏசு கிறிஸ்து மாதிரி, ஒரு புது மதம் - பணமே தெய்வம் என்கிற மூலாதாரக் கொள்கையுடன் - ஆரம்பிப்பதற்கு அவர் தயாராக இருந்தார். எதிர்ப்பவர்களைக் காணவில்லை. கொள்கையளவில் எதிர்த்தவர்கள்கூடச்

செய்கையிலே, தங்கள் தனி வாழ்க்கையிலே பணமே தெய்வம் என்கிற சித்தாந்தத்தை அனுசரித்து வாழ்ந்தவர்கள்தாம்.

மாணிக்கம் செட்டியார் சென்னைக்குக் கிளம்பும்போது சோமசுந்தர முதலியாரிடம், "நான் சொல்றேன்னு நினைக்கப்படாது. சிநேகிதர் உரிமையிலே சொல்றேன். பணம் சேர்க்கறதுலே இவ்வளவு துடியாக இருப்பவங்கள்ளாம் பின்னாடிப் பணம் செலவழிக்கிறதிலேயும் இதைவிடத் துடியாகத்தான் இருப்பாங்க!" என்று கூறினார்.

சோமசுந்தர முதலியாருடைய செல்வமும் சீரும் சிறப்பும் செல்வாக்கும் ஓங்கி விருத்தியாகிக் கொண்டிருந்தன. சாம்பமூர்த்தி இராயருடைய செல்வம் நாளுக்கு நாள் கரைந்து கொண்டிருந்தது. சீர் சிறப்பு செல்வாக்கு எல்லாம் செல்வத்தைப் பொறுத்துத் தானே? அவையும் குறைந்து கொண்டிருந்தன.

முதலியாருக்குச் செல்வம் பெருகப் பெருக ஊரார் அந்தச் செல்வத்துக்கெல்லாம் ஆதிகாரணமாக, அஸ்திவாரமாக அமைந்திருந்தது இராயருடைய பணம்தான் என்பதை மறந்து கொண்டிருந்தார்கள். ஊரார் மறந்தால் என்ன? சோமசுந்தர முதலியார் அதைத் தம் ஆயுள் உள்ளவரையில் மறக்கவே இல்லை. இராயரின் நிலங்கள் சிறிது சிறிதாகக் குறைந்தன - முப்பது வருடங்களில் சாம்பமூர்த்தி இராயர் சாத்தனூரிலே இருந்த சாதாரண மிராசுதாரர்களில் ஒருவர் ஆகிவிட்டார்.

இந்த முப்பது வருடங்களில் அவர் மனைவி கங்காபாய் மூன்று குழந்தைகளுக்குத் தாயானாள். மிஞ்சியது கடைசிப் பிள்ளை சுப்பிரமணியராயர் மட்டுமே. அவன் தன் பெற்றோர்களின் கண்ணுக்குக் கண்ணாக மணியாக வளர்ந்து பெரியவனாகிக் கொண்டிருந்தான். பணம் என்கிற விசயத்திலே

மட்டுமன்றி இந்த மாதிரி அன்பு விசயங்களில் கூடத் தெய்வம் அவர்களை எல்லா விதங்களிலும் சோதித்தது. ஆனால் இதனால் எல்லாம் அவர்களுடைய தெய்வ பக்தி அதிகரித்ததாகத் தெரிந்ததே தவிரக் குறைந்ததாகத் தெரியவில்லை.

அந்தக் குடும்பத்தினுடைய கஷ்டங்களுக்குச் சிகரம் வைப்பது போல ஒரு நாள் - கங்காபாய்க்கு அப்போது வயசு நாற்பது நாற்பத்திரண்டு இருக்கும் - நெஞ்சு வலி என்று படுத்த கங்காபாய் அதற்குப் பிறகு எழுந்திருக்கவே இல்லை. பன்னிரண்டு மாதங்களுக்குச் சற்று அதிகமாகவே படுத்த படுக்கையாகக் கிடந்துவிட்டு, கடைசியில் கணவன் மடியிலே தலை வைத்தபடியே உயிர் நீத்தாள்.

தனியாக விடப்பட்ட சாம்பமூர்த்திராயருடைய தெய்வபக்தி இந்தச் சோதனையையும் தாண்டி நிலைக்கக் கூடியதாக இல்லை. சில காலம் ஆட்டம் கொடுத்துவிட்டது. செய்ய வேண்டிய காரியங்களெல்லாம் செய்தானதும் கையிலே ஐயாயிரத்துச் சொச்சம் ரூபாயுடன் தஞ்சாவூருக்குக் கிளம்பிவிட்டார். அங்கே வாழ்க்கையிலே புதுவழிகளிலே பிரவேசித்துக் குடியும் கூத்துமாக மனசுக்குச் சமாதானம் கிடைக்குமா என்று ஆராய்ச்சி செய்யப் புகுந்துவிட்டார்.

ஆனால் அதிலேயும் அவர் நிலைக்கவில்லை; அவர் மனசுக்கு அதிலெல்லாம் சாந்தி கிடைக்கவில்லை. சில வாரங்கள் தஞ்சாவூரிலே அல்லாடித் திரிந்து விட்டு மீண்டும் சாத்தனூருக்குத் திரும்பி 'ஜேஜே விட்டலா'வில் ஐக்கியமாகிவிட்டார்.

இந்த மாற்றத்தை ஆரம்பம் முதல் அறிந்து கவனித்து வந்த சோமசுந்தர முதலியாருடைய மனசு என்ன பாடுபட்டிருக்கும் என்று ஒருவகையாக ஊகிக்கலாமே தவிரச் சொல்ல முடியாது.

பொய்த் தேவு 71

இராயர் குடும்பத்துக்குத் தம்மாலான உதவி எல்லாம் - அவர்கள் ஏற்றுக் கொள்ளச் சித்தமாக இருந்தவரையில் - செய்தார். இரகசியமாகப் பண உதவி, வெளிப்படையாக ஆள் உதவி எல்லாம் செய்தார்.

கங்காபாய் சீக்கில் விழுந்த காலத்தில் எல்லாம் சோமு முதலியார் நன்கு உதவ முடிந்தது. அவருடைய புது பேபி ஆஸ்டின் காரும் அதன் டிரைவரும் எந்த நிமிசத்தில் தேவையானாலும் கும்பகோணம் போய் டாக்டரை அழைத்து வரவும் மருந்துகள் வாங்கி வரவும் தயாராகச் சாம்பமூர்த்தி இராயர் வீட்டு வாசலிலேயே காத்துக் கிடந்தன. வெளியே போக வர என்று ஓர் ஆள் போட்டு அவனுக்குச் சம்பளமும் முதலியார்தான் கொடுத்தார்.

டாக்டர் பில்கள், மருந்து பில்கள் இவற்றில் பாதிக்குமேல் சாம்பமூர்த்திராயர் வரையில் எட்டவே எட்டா - முதலியாரே கொடுத்துவிடுவார். மற்றப்படி எவ்வளவு முக்கியமான அலுவல் காத்திருந்தாலும் காலையில் வீட்டைவிட்டுக் கிளம்பியதும் முதல் காரியமாக அக்கிரகாரத்துக்குப் போய் அம்மாவுக்கு உடம்பு எப்படி இருக்கிறது என்று விசாரித்துவிட்டு ஐந்து நிமிடங்கள் இராயருடன் பேசிக் கொண்டிருந்து விட்டுத்தான் கிளம்புவார். இரவு திரும்பும்போதும் பன்னிரண்டு மணியாக இருந்தாலும் இராயரைப் பார்க்காமல் வீடு திரும்புவதில்லை.

அன்று காலை வழக்கம்போல் இராயர் வீட்டிலே விசாரிக்கப் போன போது கங்காபாய் இரவிலே இறந்துவிட்டாள் என்று தெரியவந்தது.

சாம்பமூர்த்திராயர் தஞ்சைக்குப் போனது பற்றித் தனியாக விடப்பட்ட அவர் மகன் சுப்பிரமணியராயர் வெகுவாகத் தவித்தான். அப்பொழுது அவன் கும்பகோணம் காலேஜில் பி.ஏ.

வகுப்பில் இரண்டாவது வருடம் படித்துக் கொண்டிருந்தான். அந்த வருடம் பணம் கட்டிப் பரீட்சைக்குப் போக வேண்டும். அவனுக்கு ஆறுதல் வார்த்தைகள் சொல்லிக் காலேஜ் சம்பளம் கொடுத்தும் மற்றப்படியும் சாம்பமூர்த்திராயர் திரும்பும் வரையில் ஆதரித்தவர் சோமசுந்தர முதலியார்தான்.

சுப்பிரமணியராயர் மிகவும் நல்ல பையன். படிப்பிலே கெட்டிக்காரன், விசயம் தெரிந்தவன். அடக்க முள்ளவன். முதலியாருடைய பையன் நடராசனுக்கு இரண்டு வயசு மூத்தவன். நடராசனும் கும்பகோணம் காலேஜில் அந்த வருடந்தான் சேர்ந்து படித்துக் கொண்டிருந்தான். இவர்கள் இருவரும் நண்பர்களானால் நன்றாக இருக்கும் என்று முதலியார் நினைத்தார்.

ஆனால் பையன்கள் அப்படி நினைக்கவில்லை. சுப்பிரமணியராயருக்கு ஆட்சேபமில்லை. ஆனால் நடராசனுக்கு அவனைக் கண்டாலே பிடிக்கவில்லை. கங்காபாய் இறந்த இருபதாம் நாள் ஊரிலே யாரிடமும் சொல்லிக் கொள்ளாமல், தம் பிள்ளையிடம் கூடச் சொல்லாமல், சாம்பமூர்த்திராயர் சாத்தனூரிலிருந்து சிட்டாகத் தப்பிப் பறந்தோடிப் போய்விட்டார்.

சாம்பமூர்த்திராயர் மறதி வேண்டி அப்படி ஓடினார். அவர் மாதிரி மறதியை வேண்டி ஓட விரும்பவில்லை சோமசுந்தர முதலியார். மேட்டுத் தெருவையும் சாத்தனூரையும் மறக்க விரும்பினால்கூட அவரால் மறந்திருக்க முடியாது என்பது நிச்சயம்.

சாத்தனூரை விட்டுக் கும்பகோணம் போவதானாலும் இரண்டு நிலைமைகளுக்கும் உள்ள வித்தியாசத்தைப் பூராவும் அறிந்து கொண்டே போக வேண்டும் என்று விரும்பினார் அவர்.

கிட்டத்தட்ட ஐம்பத்தைந்து அறுபது வருசங்கள் நல்வாழ்வு வாழ்ந்துவிட்டதாலும் ராயருக்குக் கிடைத்திருந்த ஆத்மிக பலம் சாமானியமானதல்ல என்பதைச் சோமு உணராதவர் அல்ல. அதே ஆத்மிக பலம் அவர் எவ்வளவுதான் தவறு செய்தாலும் ஒரே வினாடியில் அவரைத் திருத்திக் காப்பாற்றிவிடும் என்று அவர் எண்ணினார்.

எவ்வளவுதான் கெட்டிக்காரனாக இருந்தால் என்ன? சிந்தனாசக்தி எவ்வளவு பெற்றிருந்து என்ன? சமர்த்து எல்லையற்றிருந்து என்ன? இராயருடைய ஆத்ம பலத்தில் ஆயிரத்தில் ஒரு பங்குகூடத் தமக்கு இல்லையே என்று எண்ணி இரங்கினார் சோமு.

அவருக்கு மனோதிடம் இருந்தது; அறிவு இருந்தது; திறமை இருந்தது; உழைப்பு இருந்தது; ஆசைகள் இருந்தன; ஏக்கங்கள் இருந்தன; இலட்சியங்கள் இருந்தன. இவ்வளவும் இருந்தும் தாம் இன்னமும் பூரண மனிதன் ஆகவில்லையே என்று சோமசுந்தர முதலியார் வருந்தினார்.

சோமுப் பயல் திருந்தி நல்வழிப்பட வேண்டுமென்று அன்று பதினைந்து வருடங்களுக்குமுன் பாடுபட்ட அதே சாம்பமூர்த்திராயர் இப்பொழுது தஞ்சையிலே சோமசுந்தர முதலியாருக்குச் சீமை சரக்குகளையும், பாலாம்பாளையும் அறிமுகப்படுத்தி வைத்தார்.

ஆனால் மிகவும் சொல்பகாலம் மட்டுமே சாம்பமூர்த்திராயருடைய ஆத்மா அஞ்ஞாத வாசம் செய்தது. இதற்குப் பிறகு சுய ஒளி பெற்றுப் பூரணப் பிரகாசத்துடன் அவரிடம் திரும்பிவிட்டது. ராயரும் மீண்டும் சாத்தனூருக்குப் பாண்டுரங்க பூசைக்குத் திரும்பிவிட்டார். பாட்டில் பாட்டிலாக

எடுத்து வாயிலே ஊற்றிக் கொண்ட கை மீண்டும் சப்பை மூக்கு இளிச்சவாய் விக்கிரகத்துக்குப் பால் அபிசேகம் செய்வதிலே சலிக்காமல் ஈடுபடத் தொடங்கிவிட்டது.

சோமசுந்தர முதலியார் அதற்குப் பிறகும் அடிக்கடி தஞ்சாவூர் போய்வரத் தொடங்கினார். பாலாம்பாள் வீட்டை வலியத் தேடிப் போனார். வாலிபம் திரும்பிவிட்டது முதலியாருக்கு, இவ்வளவு நாட்களும் எங்கேயோ இருந்த இடம் தெரியாமல் அவர் உள்ளத்திலே ஒளிந்து கொண்டிருந்த ஆசை எப்படியோ திடீரென்று மறுமலர்ச்சி பெற்றுவிட்டது. அவருடைய ஆசை நரைத்துவிடவில்லை. மீசையும் நரைத்து விடவில்லை. உண்மையில் அவர் தலை மயிரில் ஒரு நரைகூட இல்லை.

கும்பகோணத்திலே பெரிய பங்களா கட்டுகிறார் சோமு முதலியார். அச்சமயம் ரங்காச்சாரி என்கிற ஆளும், அவர் மனைவி கோமளவல்லியும் சோமு முதலியாரை தவறான வழிகளில் அழைத்துச் செல்கிறார்கள்.

ரங்காச்சாரியார் சொல்லித் தந்திராவிட்டால், ஊர்ப் பெரிய மனிதர்களுடன் சிநேகம் பிடித்துக் கொள்ள வேண்டும், அதனால் தமக்கும் தம் வியாபாரத்துக்கும் நன்மையுண்டு என்று முதலியார் ஒரு நாளும் அறிந்திருக்கமாட்டார். நகர சமூகத்திலே தமக்கென்று ஒரு ஸ்தானம் ஏற்படுத்திக் கொள்ள வேண்டும் என்ற ஓர் ஆசையைச் சோமசுந்தர முதலியாருக்கு உண்டாக்கித் தந்தவர் ரங்காச்சாரியார்தாம்.

ரங்காச்சாரியாருடன் நட்பு ஏற்பட்ட பிறகு நாட்டிற்கு நன்மை தீமைகள் ஏற்படுவதுபற்றியும், அரசியல் கட்சிகளின் தராதரங்கள் பற்றியும், ஒரு கட்சியிலேயுள்ள ஆட்களின் தராதரங்கள் பற்றியும், ஒரு காரியம் நடக்கும் போதே இது இப்படித்தான் முடியும், இப்படி முடிந்தபின் அதன் பலன்கள் என்ன என்ன என்றெல்லாம்

சொல்லவும் கற்றுக் கொண்டார். உண்மை அறிவு உண்டோ என்னவோ, அறிவு உள்ளது போல பேசக் கற்றுக் கொண்டார். அந்தப் பேச்சு இன்றைய மனிதனின் ஜீவதாரமான உரிமை என்று அறிந்து கொண்டார்.

ரங்காச்சாரியாரின் உபதேசத்தின்பேரிலே கதர் கட்டத் தொடங்கினார். சில சமயம், சில இடங்களுக்குப் போவதற்கென்று 'சூட்' போடவும் 'ஹாட்' போடவும் கற்றுக் கொண்டார். சூட்டும் ஹாட்டும் கதரில்தாம். முதலியாருக்குச் சிகரெட் பழக்கம் செய்து வைத்தவரும் ரங்காச்சாரியார்தாம். இதெல்லாவற்றையும் விட முக்கியமாக இன்னொரு விசயத்திலே ரங்காச்சாரியார் தம் புது நண்பருக்குப் புத்திமதி கூறி ஓர் ஏற்பாடு செய்தார்.

அந்த ஏற்பாட்டின் காரணமாகத் 'தென்னிந்திய, வியாபாரிகள் (மளிகை) லிமிடெட், கும்பகோணம்' என்று ஒரு வியாபார ஸ்தாபனம் உதயமாயிற்று. மாதம் ஆயிரம் ரூபாய்ச் சம்பளத்தில் அதன் மானேஜிங் டைரக்டரானார் சோமசுந்தர முதலியார். ரங்காச்சாரியார் கம்பெனி டைரக்டர்களின் தலைவரானார். முதலில் பணம் தரப் பிகுபண்ணிக் கொண்ட டைரக்டர்கள் எல்லோரும் "நான், நான்" என்று போட்டியிட்டுக் கொண்டு கம்பெனி நிலைத்து ஏராளமான இலாபம்தர ஆரம்பித்தவுடனே பணம் தர முன்வந்தார்கள்.

இவ்வளவும் நடந்த பிறகுதான் சோமசுந்தர முதலியாருக்குச் சாத்தனூர் மேட்டுத் தெருவிலிருந்து விடுதலை கிடைக்கும் போல் இருந்தது. சாத்தனூர் மேட்டுத் தெரு விடாப்பிடியாகத்தான் சோமசுந்தர முதலியாரைப் பிடித்துக் கொண்டிருந்தது என்று சொல்ல வேண்டும். அவர் ஆஸ்டின் காரும் ப்யூக் காரும் ஏறியோ, முதல் வகுப்புச் சீட்டு வாங்கிக் கொண்டு ரெயிலேறியோ,

எவ்வளவு தூரம் வேணுமானாலும் போகலாம். எங்கே போய் என்ன? மேட்டுத் தெருவுக்குத் திரும்ப வந்துதானே ஆக வேண்டும்?

இவ்வளவு நாள்களும் அவர் வீட்டிலேயே இருந்து அவர் வாழ்க்கையிலும் சுகதுக்கங்களிலும் பங்கெடுத்துக் கொண்டு வாழ்ந்து வந்த பாப்பாத்தியம்மாள் ஒருநாள் அதிகாலையில் இறந்து வைத்தாள். அவள் இறந்த பின்தான் நடராசனுக்குத் தெரியும் - அவள் தன்னைப் பெற்றெடுத்த தாய் அல்ல; தன் தகப்பன் பலரறிய மணந்து கொண்ட தாரம் அல்ல என்பது.

வித்தியாசம் சிறிதும் இல்லாமல் அவ்வளவு பிரியத்துடன் அவனிடம் நடந்து கொண்டிருந்தாள் பாப்பாத்தி. பாப்பாத்திக்குச் செய்யப்பட்ட கடைசிக் கருமங்களிலே முதலியார் பங்கு எடுத்துக் கொள்ளவில்லை; தம் மகனையும் பங்கு எடுத்துக் கொள்ள விடவில்லை. ஆனால் மூன்றாவது ஓர் ஆசாமியைக் கொண்டு எல்லாம் செய்வித்தார். மேளமும் கொட்டும் ஆர்ப்பாட்டமும் தடபுடலாக இருந்தன.

முப்பது நாற்பது வருடங்கள் தம்முடன் இருந்து தமக்கு எல்லாச் சேவைகளும் செய்து உழைத்த பாப்பாத்தியம்மாள் இறந்ததைப் பற்றி முதலியார் சிறிதும் வருந்தவில்லை. அதற்கு மாறாகச் சந்தோசமேபட்டார் என்று சொல்ல வேண்டும். சாத்தனூர் மேட்டுத் தெருவுடன் தம்மைப் பிணைத்த கடைசித் தளைகளில் ஒன்று அறுந்து விழுந்துவிட்டது என்று எண்ணி அவர் சந்தோசித்தார்.

பாப்பாத்தியம்மாள் இறந்ததற்கு ஏழெட்டு நாள்களுக்குப் பிறகு சாம்பமூர்த்திராயர் சோமசுந்தர முதலியாரிடமும் மற்றவர்களிடமும் விடை பெற்றுக் கொண்டு கால்நடையாகவே பண்டரிபுரம் போவது என்று கிளம்பிவிட்டார்.

சாம்பமூர்த்திராயர் போனதனாலே சாத்தனூருடன் தம்மைப் பிணைத்த கடைசித் தளை அறுந்து விழுந்துவிட்டது என்று சோமு முதலியார் எண்ணினார். இடையிலே கும்பகோணம் புது நகரிலே புதுப் பங்களாவும் தயாராகிவிட்டது. நல்ல நாள் ஒன்று பார்த்து அதிலே குடியேறினார் முதலியார். கிரகப்பிரவேச விழா நடத்தினார். அந்த மாதிரி விழா அதற்கு முன் கும்பகோணத்தில் நடந்ததே இல்லை என்றுதான் சொல்ல வேண்டும். ஊரிலே ஒரு பெரிய மனிதன்கூட வராமல் இல்லை. அவர்கள் அப்படிச் சோமு முதலியாரை அங்கீகரித்து வந்திருந்ததற்குக் காரணமாக இருந்தவர் ரங்காச்சாரியார்தாம். தஞ்சையிலிருந்தும், தென்னிந்தியாவிலே பல இடங்களிலிருந்தும் வியாபாரப் பிரமுகர்கள் பலர் வந்திருந்தார்கள்.

முதலியார் அழைப்புக்கு இணங்கிச் சென்னை யிலிருந்து கூடப் பல நண்பர்கள் வந்திருந்தார்கள். மளிகை மாணிக்கம் செட்டியார் வந்திருந்தார். 'இந்தச் சொல்ப வருசங்களிலே மிகவும் கிழடு தட்டிவிட்டார் அவர், பாவம்!' என்று எண்ணினார் சோமசுந்தர முதலியார்.

கிரகப்பிரவேசத்துக்கு வந்திருப்பவர்கள் எல்லோரும் ஒரே ஒரு விசயத்தைச் சிரத்தையாகக் கவனித்தார்கள். புதுப் பங்களாவின் சொந்தக்காரர் வீட்டைச் சேர்ந்த ஸ்திரீகள் யாரும் இல்லாததால், ரங்காச்சாரியாரின் மனைவி கோமளவல்லியம்மாள்தான் எசமானி ஸ்தானத்திலே இருந்து எல்லோரையும் வரவேற்று உபசரித்தாள். பங்களாவின் பெயரே "கோமள விலாசம்"தானே!

காற்றுவாக்கிலே இன்னொரு செய்திகூட இரண்டொரு நாள்களுக்குப் பிறகு ஊரிலே பரவியது. கிரகப்பிரவேச விழா

அன்றிரவு கோமளவல்லி தன் கணவனுடன் வீடு திரும்பவில்லை. இரவு சோமசுந்தர முதலியாருடன் கோமள விலாசத்திலேயே தங்கி விட்டாள் என்று சொன்னார்கள் சிலர்.

கிரகப்பிரவேசத்தன்று மாலையில் இனிய இசைக் கச்சேரி இருந்தது. அதற்குப் பிறகு தஞ்சாவூர்ச் சகோதரிகள் இருவர் - பாலாம்பாள், கமலாம்பாள் என்று இருவர் - நாட்டியமாடினார்கள். கிரகப்பிரவேச தினத்துக்குப் பிறகு தஞ்சைச் சகோதரிகள் தஞ்சைக்குத் திரும்பவே இல்லை. கும்பகோணத்திலேயே - சோமசுந்தர முதலியாருடைய பராமரிப்பிலேயே தங்கி விட்டார்கள். கோமளவிலாசத்துக்குப் பக்கத்திலேயே ஒரு பங்களா ஏற்பாடு செய்து கொடுத்திருந்தார் முதலியார்.

கோமளவிலாசிலே இந்தப் பிரத்தியேக விருந்து நடந்து கொண்டிருந்த அதே சமயத்திலே, இதில் கலந்து கொள்ள அழைக்கப்படாத நடராசன் - முதலியாரின் மகன் - ஓட்டலில் தன் நண்பர்கள் சிலருடன் குடித்துக் கொண்டு உல்லாசமாக இருந்தான். அவன் மனசிலே ஒரே ஒரு கவலைதான் இருந்தது என்பது அவன் தன் ஆப்தர்களில் ஒருவனைக் கேட்ட கேள்வியிலிருந்து விளங்கும். "ஏண்டா! இந்தக் கிழம் இன்னும் எவ்வளவு நாளடா இருந்து கொண்டு என்னை வதைக்கும்?" என்று அவன் கேட்டுக் கொண்டிருந்தான். கிழம் என்றது சோமசுந்தர முதலியாரைத்தான் என்பதைச் சொல்லவேண்டிய அவசியமே இல்லை!

"முதலியாரின் பழைய வாத்தியார் சுப்பிரமணிய ஐயரின் பேரன் சாமா. அவருடைய கடைக்குப் பக்கத்து வீட்டில் குடியேறியிருந்தான். வீட்டிலேயே வாசகசாலை ஒன்றை நடத்தி வந்தான். அடிக்கடி இவர் அங்குப் போவார். ஒரு நாள் அங்குச் சென்ற போது சாமா, சாம்பமூர்த்திராயர், பண்டரிபுரம் போய்ச்

சேர்ந்த அன்றைக்கே சுவாமி தரிசனம் செய்துவிட்டுக் களைத்துப் போய்க் கீழே விழுந்தவர், எழுந்திருக்கவே இல்லையாம். பண்டரிநாதர் காலடியிலேயே உயிர் துறந்துவிட்டாராம்! இன்றைத் தபாலில்தான் சுப்பிரமணியராயரிடமிருந்து கடிதம் வந்தது" என்றான்.

இவ்வளவு நேரமும் நின்று கொண்டே பேசிக்கொண்டிருந்த சோமசுந்தர முதலியார், விரித்திருந்த ஜமக்காளத்திலே உட்கார்ந்து ஒரு தூணில் சாய்ந்து கொண்டார். வெகுநேரம் அவர் ஒன்றும் பேசவில்லை. திடீரென்று காதில் விழுந்த அந்தச் செய்தி அவர் மனசைக் கலக்கியது. இனம் தெரியாத, சிந்தனைகள் பல அவர் மனசிலே ஓடி விளையாடின. வெகு நேரம் அப்படியே நிலைக்குத்திட்ட பார்வையுடன் உட்கார்ந்திருந்தார் அவர். அவருடைய மௌனத்தைக் கலைக்கச் சாமா முயலவில்லை.

"சாமா, நான் அப்புறம் உன்னை வந்து பார்க்கிறேன். வரட்டுமா?" என்று கேட்டுக் கொண்டே கிளம்பினார். அப்போது அங்கே உள்ளே நுழைந்தான் சாமாவின் நண்பன் சிவராமன். அவன், "நம்ப பணப்பையின் பிள்ளை நடராசன் - பற்றி ஒரு விசயம். அப்பனைப் போலப் பிள்ளை என்பார்களே அது உண்மையாகிக் கொண்டிருக்கிறதாம். பையன் குடித்துவிட்டுப் போதையிலில்லாத நாழிகையே இல்லையாம்! பெரியவர் பணத்தை எங்கே பத்திரப்படுத்தி வைத்தாலும் தேடி எடுத்துக் கொண்டு போய் விடுகிறானாம்."

"தஞ்சாவூரிலிருந்து கொண்டு வந்து கும்பகோணத்திலே குடியேற்றியிருக்கிற சகோதரிகளை இரகசியத்தில் சிநேகம் பிடித்துக் கொணடு, தகப்பனார்க் கிழம் எப்போ சாகும் என்று காத்துக் கொண்டிருக்கிறானாம்" என்றான்.

சோமசுந்தர முதலியார் பாக்கியசாலிதான். அவர் தொட்டதெல்லாம் துலங்கிற்று. அவர் எந்தக் காரியம் செய்தாலும் அது காரணமாகப் பாங்கியிலே பணம் ஏறிக்கொண்டே இருந்தது; மனிதர்களிடையே மதிப்பு ஏறிக் கொண்டே இருந்தது. புதுப்புதுத் துறைகளிலே ஈடுபடத் தெம்பும் வலுவும் இருந்தன அவருக்கு. உடல்வலுவுத் தெம்பு மட்டும் அல்ல. முக்கியமாக மனவலுவும் தெம்பும் இருந்ததைத்தான் சொல்ல வேண்டும்.

கிரோசின் ஏஜென்சி எடுத்தார்; பெட்ரோல் ஏஜென்சி எடுத்தார். செத்துக் கொண்டிருந்த ஒரு சங்கீத சபாவைப் புதுப்பித்து அதன் மூலம் தனக்கு இலாபமும் ஊருக்குக் கலைஞானமும் வழங்கினார். அவருடைய பழைய வியாபாரங்கள் எல்லாம் ஓய்வில்லாமல் செழித்துக் கொழித்துக் கொண்டிருந்தன.

தென்னிந்திய வியாபாரிகள் (மளிகை) லிமிடெட் கம்பெனியிலே வியாபாரம் அமோகமாக நடந்தது. கும்பகோணம் நகரிலேயே ஆறு கிளை ஸ்தாபனங்கள் - கடைகள் இருந்தன. தஞ்சையில் ஒன்று. மாயவரத்தில் ஒன்று. சரக்குகள் வாங்குவதற்கென்று அங்கங்கே ஏஜெண்டுகளும் கிடங்குகளும் இருந்தன. அடிக்கடி ஊரெல்லாம் சுற்றி மேற்பார்வை பார்த்து வருவார் முதலியார்.

தஞ்சை ஜில்லாவிலே உள்ள கிராமங்களில் எல்லாம் கிளை ஸ்தாபனங்கள் - கடைகள் நிறுவத் திட்டம் போட்டு அமலுக்குக் கொண்டுவர முயன்று கொண்டிருந்தார் அவர்.

பல நாட்களுக்குப் பிறகு, பழைய நிகழ்வுகள் அவர் உள்ளத்தைத் தாக்கின. செய்திகள் ஒவ்வொன்றாய் நினைவுக்கு வந்து அவர் இதயத்தை மோதத் தொடங்கின. முதலாவதாக சாமா சொன்ன செய்தி -

கோமள விலாசத்திலே, கிரகப்பிரவேசம் ஆன பிறகு ஏழெட்டு நாட்கள் கழித்து அவர் சாமாவின்

வாசகசாலைக்குப் போயிருந்தபோது அங்கே கேள்விப்பட்டார் - சாம்பமூர்த்திராயர் பண்டரிபுரத்திலே பண்டரிநாதர் சந்நிதியை அடைந்து அவர் காலடியிலேயே விழுந்து இறந்துவிட்டார் என்று சாமா சொல்லிக் கேள்விப்பட்டார்.

சாம்பமூர்த்திராயரையும் சாத்தனூரையும் மேட்டுத் தெருவையும் எட்டு நாட்கள் மறந்துவிட்டிருந்த சோமசுந்தர முதலியாரின் இதயத்திலே அந்தச் செய்தி புயலெனத் தாக்கியது. சிந்தனை தாக்கிய வேகம் தாங்காமல் ஒரு நிமிடம் அவர் கீழே உட்கார்ந்துவிட்டார்.

சாம்பமூர்த்திராயரே நேரில் வந்து அதைச் சொன்னது போல இருந்தது சோமசுந்தர முதலியாருக்கு. கண்களை மூடிக்கொள்ள வேண்டும்போல இருந்தது. காதுகளைப் பொத்திக் கொள்ள வேண்டும் போல இருந்தது. ஆனால் மனசை, உள்ளத்தை, இதயத்தை, என்ன செய்வது!

சோமசுந்தர முதலியாரை அடிப்படை விசயங்களைப் பற்றிச் சிந்திக்கத் தூண்டிய விசயங்களில் இரண்டாவது அவருடைய மகன் நடராசனுடைய காரியங்கள்தாம்.

நடராசன் சரியாக இருக்க மாட்டான் என்கிற சந்தேகம் அவருக்குப் பல வருடங்களாகவே இருந்து வந்ததுண்டு. சந்தேகப்பட அவசியமே இல்லை என்பதை நாளுக்கு நாள் காட்டிக் கொண்டிருந்தான் அவன். கோமள விலாசத்துக்குக் குடிபோன பிற்பாடு இந்த விசயம் மிகவும் தெளிவாகத் தெரிந்துவிட்டது முதலியாருக்கு.

தவிரவும் ஊரிலே அப்பனைப் போலத்தான் பிள்ளையும் என்று தன்னையும் அவனையும் சேர்த்து ஒரே எடையாக, ஒரே வாக்கியத்தில் பேசிக் கொண்டார்கள் என்பதும் முதலியாருடைய மனசிலே உறுத்தியது.

வெகு பாடுபட்டுச் சோமசுந்தர முதலியார் சாத்தனூர் மேட்டுத் தெருவைவிட்டு வெளியேறியிருந்தார் - அதாவது வெளியேறிவிட்டதாகப் பாவித்துக் கொண்டிருந்தார்.

உண்மைதான். அவர் பணம் படைத்துவிட்டார்; மதிப்புப் பெற்றுவிட்டார்; ஊரிலேயே பெரிய மனிதராகிவிட்டார்; மேட்டுத் தெருவிலிருந்து வெகுதூரம் வந்துவிட்டார் என்றுதான் தோன்றிற்று.

ஆனால் கறுப்ப முதலியும் மேட்டுத் தெருவும் சாத்தனூரும் அவரைப் பற்றிய வரையில் அழியாமல் நின்று நிலைத்துவிட்ட உண்மைகள் என்று அவர் உணர்ந்தார் - தம் மகனைப் பார்க்கும் போதெல்லாம் உணர்ந்தார்.

நடராசன் அவன் செய்த ஒவ்வொரு காரியத்திலும் அவரை மீண்டும் மீண்டும் சாத்தனூர் மேட்டுத் தெருவிலே கொண்டு போய் நிறுத்திக் கொண்டிருந்தான்.

சாத்தனூரிலிருந்தும், மேட்டுத் தெருவிலிருந்தும் தமக்கு விடுதலை கிடைக்காது. என்னதான் செய்தாலும் எவ்வளவுதான் சம்பாதித்தாலும், எங்கேதான் ஓடினாலும் விடுதலை கிடைக்காது என்பதை உணர்ந்து கொண்டுவிட்டார் சோமசுந்தர முதலியார். சற்றேறக்குறைய இதே சமயத்திலே தனக்கு வாலிபம் மறைந்துவிட்டது - மறைந்தது - நடந்துபோன அடிச்சுவடு தெரியாமல் என்பதைக் கண்டார். திடுக்கிட்டுப் பணத்தின் உதவியையும், வைத்தியர்களின் உதவியையும் நாடினார். பணமும் வைத்தியமும் உதவா, போதா என்று கண்டபின்தான் அறிவு உதயமாயிற்று அவருக்கு.

ஒருநாள் இரவு சோமசுந்தர முதலியார் நித்திரை பிடிக்காமல் படுக்கையிலே புரண்டு புரண்டு படுத்துக் கொண்டு கிடக்கும்போது, அவர் காதிலே தெளிவாக விழுந்தது

பொய்த்தேவு 83

சாத்தனூர்க் கோயில் மணி ஓசை. அந்த மணிச் சப்தத்தை அவர் காதில் வாங்கி ஏறக்குறைய நாற்பது வருடங்கள் இருக்கும். சாத்தனூர்க் கோயில் மணி ஓசைதான் அது. சந்தேகமே இல்லை. சிறு வயசிலே எவ்வளவோ தரம் கேட்டுப் பழகியிருந்த மணி ஓசைதான் அது.

ஆனால் அது எப்படி அந்த நேரத்தில், நேரமில்லாத நேரத்தில், அந்த இடத்தில், இடமில்லாத இடத்தில், கேட்டது என்பதுதான் முதலியாருக்கு ஆச்சரியமாக இருந்தது. சாத்தனூர்க் கோயில், கும்பகோணம் புது நகரிலிருந்த கோமள விலாசத்திலிருந்து எட்டு மைல் தூரத்தில் இருந்தது. ஒருகாலும் அவ்வளவு தூரம் ஒலிக்காது அந்த மணி! தவிரவும் அர்த்தஜாம பூசை எல்லாமாகி எவ்வளவோ நேரம் இருக்குமே! மணி ஒன்றுக்கு மேல் ஆகியிருந்தது. பின் எப்படி?

எழுந்து ஜன்னலண்டை போய் நின்று பார்த்தார். வெளியே நிர்மலமாக நிலவு பெய்து கொண்டிருந்தது. நிசப்தமாக, நிச்சலனமாக, நிம்மதியாக இருந்தது. கோயில் மணி ஓசை வெளியேயிருந்து வரவில்லை. அவருடைய உள்ளத்திலேதான் எழுந்து ஒலித்து அலை மோதி அடங்கிக் கொண்டிருந்தது. இந்த அனுபவத்திற்குப் பிறகு அவர் உள்ளத்திலே அந்தக் கோயில் மணி அடிக்கடி ஒலிக்கத் தொடங்கிவிட்டது.

மளிகை மர்ச்செண்டு சோமசுந்தர முதலியார் அரிசிக் கட்டுப்பாட்டு விதிகளில் ஒன்றை மீறிவிட்டார் என்று அவர் மேல் வழக்குத் தொடர்ந்துவிட்டது சர்க்கார். ஆமாம். தெரிந்தோ தெரியாமலோ சோமசுந்தர முதலியார் தம் வியாபாரத் துறையிலேயே ஒரு தவறு செய்துவிட்டார். அவருடைய இலட்சியம் ஆட்டம் கொடுத்துக் கொண்டிருந்தது.

வழக்குச் செய்தி ஊரெல்லாம் பரவியிருந்த விசயம் அது விசாரணைக்கு வருவதற்கு முதல் நாள் இரவுதான் சோமசுந்தர முதலியாருக்கு தெரியவந்தது.

தன் மகன் நடராசன், பாலாம்பாள், கமலாம்பாள் இருவருடனும் இருப்பதை கண்டுவிட்டார். அவர் கண்கள் இருட்டின. அவருடைய காதுகளிலே ஓயாமல் ஒலித்தது கோயில் மணி.

மறுநாள் அதிகாலையிலிருந்து கோர்ட்டுக்குப் போகும் வரையில் ஒரு வினாடிகூட ஓய்வில்லாமல் உழைத்தார் சோமசுந்தர முதலியார். கோவிந்தப் பிள்ளையையும் ரங்காச்சாரியாரையும் டிரஸ்டிகளாகப் போட்டுத் தம் ஆஸ்திகள் எல்லாவற்றையும் சாத்தனூர்க் கோயிலுக்கு எழுதி வைத்துவிட்டார்.

கோவிந்தப் பிள்ளையை மானேஜிங் டைரக்டராக ஏற்றுக் கொண்டு கம்பெனியை நடத்தலாம் என்று மற்ற டைரக்டர்களுக்குச் சிபாரிசு செய்தார். கம்பெனியிலே தம் பங்கு முதலியவற்றை எல்லாம் பணமாகத் திரட்டி டிரஸ்டிகள், கோயிலுக்குச் சேர்த்துவிட வேண்டும் என்று உத்தரவிட்டார். நடராசனுக்கு மேட்டுத் தெரு வீட்டையும், சாத்தனூரிலிருந்த சிறிய மளிகைக் கடையையும் எழுதி வைத்தார்.

பாலாம்பாள் கமலாம்பாள் முதலியவர்களுக்கெல்லாம் ஏதோ கொஞ்சம் கொஞ்சம் ரொக்கமாகக் கொடுக்க ஏற்பாடு செய்தார். சாத்தனூர்ச் சாம்பமூர்த்திராயரின் மகன் சுப்பிரமணியராயருக்கு ஒரு பதினாயிரம் எழுதி வைத்தார்.

தம்முடைய பழைய உபாத்தியாயர் சுப்பிரமணிய ஐயரின் பேரன் சாமாவுக்கும் கொஞ்சம் எழுதி வைத்தார். ஆனால் அவன் ஏற்றுக் கொள்ள மறுத்தால், அவனை

பொய்த் தேவு

அதிகமாக வற்புறுத்த வேண்டாம் என்று பிரத்தியேகமாகக் கோவிந்தப் பிள்ளையிடமும் ரங்காச்சாரியாரிடமும் சொல்லி வைத்தார்.

இப்படித் 'திடுதிப்'பென்று எல்லாம் ஏற்பாடு செய்வது பற்றியும், திரண்ட ஆஸ்திகளைக் கோயிலுக்கு எழுதி வைப்பது பற்றியும், அவர் நண்பர்கள் அவரிடம் எவ்வளவோ சொல்லிப் பார்த்தார்கள். ஆனால் அவர் திடமாக, உறுதியாக இருந்தார். அவர் மனசை அவர்களால் மாற்ற முடியவில்லை. எப்படி முடியும்?

சோமசுந்தர முதலியாருடைய உள்ளத்துக் கோயிலிலே 'சபாஷ்! சபாஷ்!' என்று சாத்தனூர்க் கோயில் மணி அடித்துக் கொண்டிருந்தது. அந்த மணியின் 'சபாஷு'க்கு எதிராக நண்பர்கள் என்ன சொல்லி என்ன செய்ய முடியும்! உயில் அன்றே ரிஜிஸ்தர் ஆவதற்கான ஏற்பாடுகள் செய்யப்பட்டன.

ஆனால், இதற்குள்ளாகவே எப்படியோ சோமசுந்தர முதலியாருடைய உயில் விசயமும் மற்ற விசயங்களும் பலருக்கும் பரவிவிட்டன போலும். கோர்ட்டிலே ஒரே கூட்டம் - சோமசுந்தர முதலியாரைப் பார்க்க ஏகப்பட்ட பேர் வந்து கூடியிருந்தார்கள்.

அரசு விதிகளில் ஒன்றின்படி தாம் குற்றவாளியே என்று முதலியார் கோர்ட்டிலே ஒப்புக் கொண்டுவிட்டார். அவருக்கு ஏழு மாசம் சிறைவாசமும் இரண்டாயிரம் ரூபாய் அபராதமும் விதிக்கப்பட்டன. பணம் கையில் கொண்டுவந்திருந்த கோவிந்தப்பிள்ளை அபராதத்தை அங்கேயே கோர்ட்டில் கட்டிவிட்டார். அங்கே கூடியிருந்தவர்களிடம் விடைபெற்றுக் கொண்டு சிறை புகத் தயாரானார். சிறைவாசலில், கதவு திறக்கக் காத்திருக்கையிலேதான் சாத்தனூர் மேட்டுத் தெருவிலிருந்து விடுதலை பெற்றுவிட்டது போன்ற ஓர் உணர்ச்சி அவருக்கு ஏற்பட்டது.

விடுதலை பெற்றது உண்மையோ அல்லவோ - அந்த உணர்ச்சி உண்மையானதுதான், ஆனந்தமானதுதான் என்று எண்ணிச் சந்தோசித்தார். அவர் காதுகளிலே சாத்தனூர்க் கோயில் மணி இன்பநாதம் பொழிந்து கொண்டிருந்தது. கோயில் மணியின் ஒலி பின்னணிக் கீதமாக ஒலிக்க, சோமசுந்தர முதலியார் சிறையிலே ஏழு மாதங்கள் இன்பச் சிந்தனைகளில் ஈடுபட்டிருந்தார்.

அவருடைய விடுதலைத் தினம் வந்துவிட்டது.

அன்று காலையில் அவர் பெயரைச் சொல்லி விசாரித்துக் கொண்டு காருடன் சிறைக்கூடத்துக்கு வெளியே ஒருவர் வந்து காத்திருப்பதாக வார்டர் வந்து சொன்னான்.

தனக்கு மறுநாள்தான் விடுதலை என்று அவரிடம் போய்த் தெரிவித்துவிட்டு வரச் சொல்லி வார்டரை ஏவினார். தான் செய்கிற காரியம் இன்னதென்று வார்டருக்கே தெரியாது போய் அவர் சொன்னபடியே சொல்லிவிட்டார்; காரும் போய் விட்டது.

அன்று நண்பகலில் சோமசுந்தர முதலியாரை விடுதலை செய்துவிட்டார்கள். சிறைக்கூடத்திலிருந்து வெளியே வந்தபோது சோமசுந்தர முதலியாரிடம் இருந்த ஆஸ்திகள் இவைதாம் - இடுப்பிலே கட்டியிருந்த நாலு முழக் கதர் வேட்டி; தோளிலே போட்டிருந்த மூன்று முழத் துண்டு; உள்ளத்திலே கனிந்திருந்த சிந்தனைகள்; வயதால் துவண்டுவிட்ட உடல் - இவ்வளவுதாம்.

இவற்றிலே கூட ஓர் 'ஐட்டம்' அதிகம் என்று எண்ணியவர் போல அவர் இரண்டு கல் நடப்பதற்குள்ளாகத் தோளிலே போட்டிருந்த துண்டை எடுத்துக் காற்று வாக்கிலே வீசி எறிந்துவிட்டார். இடுப்புத் துணியை வரிந்து கட்டிக் கொண்டு கிழக்கு நோக்கி நடக்க ஆரம்பித்தார்.

சாலையோரத்தில் செத்துக் கிடந்தான் சோமுப் பண்டாரம்.

தண்ணீர் முதலியன எடுத்துக் கொடுத்துக் கூட இருந்து, அவனுடைய கடைசி வினாடிகளைச் சுலபமாக்கிய இரு பண்டாரங்கள் அங்கிருந்து கிளம்பத் தயாராகிக் கொண்டிருந்தார்கள்.

ஒரு பண்டாரம், "இந்தப் பண்டாரம் வேடிக்கையான பண்டாரமாயிருந்தான். நம்மகிட்டே குடுக்கை, கந்தைத் துணி, கஞ்சா உண்டை ஏதாவது இருக்கு. இவன்கிட்டே அதுகூடக் கிடையாது! என்ன பண்டாரங்கறேன்!" என்றான்.

மற்றவன், "போகலாம் கிளம்பு. ஊரு பக்கத்திலேருக்கு. யாராவது இதைப் பார்த்துச் சேக்கற இடத்திலே சேத்துக் கோவிந்தாப் போட்டுச் சுட்டுடுவான். நாம் போகலாம். இன்னும் சித்தெப் போனால் கும்பி கொதிக்கும். நாலு இடம் பாத்தாத்தானே சோறு கிடைக்கும்?" என்றான்.

"நேத்து இராத்திரி ஒரு விசயம் சொன்னான் இந்தப் பண்டாரம்!" என்றான் முதல் பண்டாரம்.

"சொல்லு!" என்று கூறிக்கொண்டே அங்கிருந்து நகர்ந்தான் இரண்டாவது பண்டாரம்.

முதல் பண்டாரமும் கிளம்பினான். இருவரும் பேசிக் கொண்டே சிறிது தூரத்துக்கப்பால் கூரைகள் தெரிந்த திசை நோக்கி நடந்தார்கள்.

முதல் பண்டாரம், "நேத்து இராத்திரி தெய்வம் ஒண்ணுதான்னு நான் இந்தப் புதுப் பண்டாரத்துக்கிட்டெச் சொன்னேன். ஏதோ பேசிட்டிருக்கச்சே சொன்னேன்.

இந்தப் பண்டாரம், 'இல்லை. தெய்வம் ஒண்ணுமட்டும் இல்லை. எத்தனையோ உண்டு' அப்படின்னான்.

‘முப்பத்து முக்கோடின்னு சில புராணம் சொல்லுது, அது தப்புன்னேன்’ நான்.

‘தப்புத்தான்’னான் அவன்.

‘முதல்லே அப்படிச் சொன்னே, இப்ப இப்படிச் சொல்றயேடா’ன்னு நான் கேட்டேன்.

‘தெய்வங்கள் முப்பத்து முக்கோடி மட்டுமில்லே - முப்பத்து முக்கோடி முப்பத்து முக்கோடியா, எத்தனையோ முப்பத்து முக்கோடி தெய்வம் இருக்கு’ன்னான்.

‘எப்படிடா தெரிஞ்சுச்சு உனக்குன்னு’ நான் கேலியாக் கேட்டேன்.

‘உலகம் பொறந்த நாள்முதல் இன்னிவரையில் எவ்வளவு வினாடி உண்டோ அவ்வளவு தெய்வமும் உண்டு - இனி இருக்கப்போற வினாடிக்கும் வினாடிக்கொரு தெய்வம் உண்டு’ன்னான் அந்தப் பண்டாரம். எனக்குப் புரியவில்லை. பின்னாடி கேட்டுக்கலாம்னு விட்டுட்டேன்” என்றான்.

“என்ன எழவோ! அது போட்டும். அதோ வாராரே அவரு கிட்டே இந்த ஊருக்குப் பேரு என்னான்னு கேட்கலாம்!” என்றான் இரண்டாவது பண்டாரம். அந்த ஊர் சாத்தனூர் என்று பெயர் தெரிவித்தார் எதிரே வந்தவர்.

ஆனால் அது கும்பகோணத்திற்கு மேற்கே நாலாவது மைலில் காவேரிக் கரையில் இருந்த சாத்தனூர் அல்ல. கும்பகோணத்துக்கு கிழக்கே பல மைல்களுக்கப்பால் இருந்த வேறு ஒரு சாத்தனூர். அந்தச் சாத்தனூரிலும் ஒரு மேட்டுத் தெரு இருந்தது.

ஆனால் இதெல்லாம் தெரியாது சோமுப் பண்டாரத்துக்கு. அவன் சாலையோரத்திலே செத்துக் கிடந்தான்!

(முற்றும்)